Sunn og Sólrík Matarhef Middelhafsins Gæði á Borði

aldis Jonsdottir

Vísitölu

Marokkóskt tagine með grænmeti 9

Sellerí kjúklingakál umbúðir 11

Grillaðir grænmetisspjótar 12

Fylltir Portobello sveppir með tómötum 14

Visnuð túnfífillblöð með sætum perum 16

Grænt sellerí og sinnep 17

Rjómalagt grænmeti og tófú 18

einföld dýradýr 20

Linsubaunir og tómatar 21

Miðjarðarhafs grænmetisskál 23

Pakkið inn með grilluðu grænmeti og hummus 25

spænskar grænar baunir 27

Rustic soðið blómkál og gulrætur 28

Ristað blómkál og tómatar 29

Brennt kúrbít 31

Steikt hvítlauksspínat 33

Kúrbít steikt með myntu og hvítlauk 34

soðin okra 34

Paprika fyllt með sætu grænmeti 35

Eggaldin Moussaka 38

Vínberjalauf fyllt með grænmeti 40

Grillaðar eggaldin rúllur 42

Stökkar kúrbítsbrauð 44

Ostaspínat sætabrauð 46

gúrkusamlokur 48

jógúrtsafa 49

tómatar bruschetta 50

Fylltir tómatar með ólífum og osti 52

Pipar Tapenade 53

kóríander falafel 54

Rauður pipar hummus 56

Hvíta baunadýfa 57

Hummus úr kjöti 58

eggaldinsósa 59

steikt grænmeti 60

Lambakjötbollur með bulgur 62

gúrkubita 64

fyllt avókadó 65

Pökkaðar plómur 66

Marineraður fetaostur og ætiþistlar 67

Túnfiskkrókett 68

Reykt Lax Hamites 70

Sítrusmarineraðar ólífur 71

Ólífumauk með ansjósu 72

Grískt grillað egg 74

manchego smákökur 76

Stafla af Burrata Caprese 78

Kúrbít og Ricotta Fritters með sítrónu og hvítlauk Aioli 79

Lax fyllt agúrka 81

Geitaostamauk – Makríll 82

Bragð af Miðjarðarhafsfitusprengjum 84

avókadó gazpacho 85

Krabbakaka salatbollar 87

Kjúklingasalat umbúðir með appelsínu og estragon 89

Sveppir fylltir með fetaosti og kínóa 91

Falafel með fimm innihaldsefnum með hvítlauksjógúrtsósu 93

Sítrónu rækjur með hvítlauksolíu 95

Stökkar grænbaunafrönskur með sítrónujógúrtsósu 97

Heimabakaðar sjávarsaltflísar 99

Bökuð Spanakopita sósa 100

Ristað perlulaukssósa 102

Tapenade með rauðum pipar 104

Grískt kartöfluhúð með ólífum og fetaosti 106

Pítubrauð með þistilhjörtum og ólífum 108

Lítil krabbakaka 110

fyllt kúrbít 112

Seafood Linguine 114

Rækju- og tómatbragð 116

Rækjur og Pasta 119

soðinn þorskur 121

Kræklingur í hvítvíni 123

tungu lax 125

ljós lax 127

Lag af Dóná 128

sjávarostur 129

Holl steik 130

Herbed Lax 131

reyktur túnfiskur 132

hörð lúða 133

Túnfiskur 134

Heitar og ferskar fisksteikur 135

Kræklingur O'Marine 136

Slow Cooker Miðjarðarhafs nautasteik 137

Hægelduð Miðjarðarhafssteik með ætiþistlum 139

Hægt að elda í miðjarðarhafsstíl án olíu 141

hægt eldaðar kjötbollur 143

Slow Cooker Mediterranean Beef Hoagis 145

Miðjarðarhafs svínasteikt 147

kjöt pizza 149

Nautakjöt og bulgur kjötbollur 152

Ljúffengt nautakjöt og spergilkál 154

maís pipar 155

Balsamic kjötréttur 156

Roast Beef með sojasósu 158

steikt kjöt með rósmaríni 160

Svínakótilettur og tómatsósa 162

Kjúklingur með kapersósu 163

Kalkúnaborgari með mangósósu 165

Brenndar kalkúnabringur með kryddjurtum 167

Kjúklingapylsa og pipar 169

Rifinn kjúklingur 171

Toskana kjúklingur í skál 173

kjúklingapappír 175

Kjúklingabringur með spínati og fetaosti 177

Ristað kjúklingalæri með rósmaríni 179

Kjúklingur með lauk, kartöflum, fíkjum og gulrótum 180

Kjúklingadóner með Tzatziki 182

Mousaka 184

Svínahryggur Dijon og kryddjurtir 186

Steik með rauðvíni – sveppasósa 188

grískar kjötbollur 191

lambakjöt með baunum 193

Kjúklingur með tómat-balsamik sósu 195

Brún hrísgrjón, fetaostur, ferskar baunir og myntu salat 197

Heilhveiti pítubrauð fyllt með ólífum og kjúklingabaunum 199

Ristar gulrætur með heslihnetum og Cannellini baunum 201

Kryddaður smjörkjúklingur 203

Tvöfaldur kjúklingur með beikoni og osti 205

Rækjur með sítrónu og pipar 207

Brauð og kryddduð lúða 209

Laxakarrí með sinnepi 211

Lax í valhnetu- og rósmarínskorpu 212

fljótlegt tómatspaghettí 214

Bakaður ostur með timjan og pipar 216

311. Stökkur ítalskur kjúklingur 216

Marokkóskt tagine með grænmeti

Undirbúningstími: 20 mínútur
Eldunartími: 40 mínútur
Skammtar: 2
Erfiðleikastig: Miðlungs

Innihald:

- 2 skeiðar af ólífuolíu
- ½ laukur, saxaður
- 1 hvítlauksgeiri, saxaður
- 2 bollar blómkálsblóm
- 1 meðalstór gulrót, skorin í 1 tommu bita
- 1 bolli hægeldað eggaldin
- 1 dós heilir tómatar með safa
- 1 kassi (425 g) kjúklingabaunir
- 2 litlar rauðar kartöflur
- 1 glas af vatni
- 1 tsk hreint hlynsíróp
- ½ tsk kanill
- ½ tsk túrmerik
- 1 tsk kúmen
- ½ tsk salt
- 1 til 2 tsk harissa líma

Leiðbeiningar:

Hitið ólífuolíu í hollenskum ofni yfir meðalháum hita. Steikið laukinn, hrærið af og til, eða þar til laukurinn er hálfgagnsær, 5 mínútur.

Bætið hvítlauknum, blómkálsflögum, gulrótum, eggaldin, tómötum og kartöflum saman við. Myljið tómatana í litla bita með tréskeið.

Bætið við kjúklingabaunum, vatni, hlynsírópi, kanil, túrmerik, kúmeni og salti og blandið saman. látið sjóða

Þegar þessu er lokið skaltu minnka hitann í miðlungs lágan. Hrærið harissa mauki út í, setjið lok á, eldið í um 40 mínútur eða þar til grænmetið er meyrt. Smakkið til og stillið krydd eftir þörfum. Látið það hvíla áður en það er borið fram.

Næring (á 100 g): 293 hitaeiningar 9,9g Fita 12,1g Kolvetni 11,2g Prótein 811mg Natríum

Sellerí kjúklingakál umbúðir

Undirbúningstími: 10 mínútur

Eldunartími: 0 mínútur

Skammtar: 4

Erfiðleikastig: Auðvelt

Innihald:

- 1 dós (425 g) lágnatríum-kjúklingabaunir
- 1 sellerístilkur, þunnt sneið
- 2 matskeiðar smátt saxaður rauðlaukur
- 2 matskeiðar ósaltað tahini
- 3 matskeiðar sinnep
- 1 msk kapers, ótæmd
- 12 smjörsalatblöð

Leiðbeiningar:

Maukið kjúklingabaunirnar í skál með kartöflustöppu eða aftan á gaffli þar til þær eru sléttar. Bætið sellerí, rauðlauk, tahini, hunangssinnep og kapers í skálina og hrærið þar til það hefur blandast vel saman.

Fyrir hvern skammt, setjið þrjú salatlauf á disk, skarast hvert annað og setjið ¼ af kjúklingabaunum ofan á og rúllið. Endurtaktu með restinni af salatlaufum og kjúklingabaunum.

Næring (á 100 g): 182 hitaeiningar 7,1g Fita 3g Kolvetni 10,3g Prótein 743mg Natríum

Grillaðir grænmetisspjótar

Undirbúningstími: 15 mínútur

Eldunartími: 10 mínútur

Skammtar: 4

Erfiðleikastig: Auðvelt

Innihald:

- 4 meðalstórir rauðlaukar, skrældir og skornir í 6 bita
- 4 meðalstórir kúrbítar, skornir í 1 tommu þykkar sneiðar
- 2 nautatómatar skornir í fernt
- 4 rauðar paprikur
- 2 appelsínugular paprikur
- 2 gular paprikur
- 2 matskeiðar auk 1 tsk ólífuolía

Leiðbeiningar:

Hitið grillið yfir meðalháan hita. Skerið grænmetið á teini, skiptið á rauðlauk, kúrbít, tómata og papriku í mismunandi litum. Penslið þær með 2 msk af ólífuolíu.

Penslið grindurnar með 1 tsk ólífuolíu og grillið grænmetispjótana í 5 mínútur. Snúðu spjótunum og grillaðu í 5 mínútur í viðbót eða þar til þau eru elduð að þínum smekk. Látið teinurnar kólna í 5 mínútur áður en þær eru bornar fram.

Næring (á 100 g): 115 hitaeiningar 3g Fita 4,7g Kolvetni 3,5g Prótein 647mg Natríum

Fylltir Portobello sveppir með tómötum

Undirbúningstími: 10 mínútur

Eldunartími: 15 mínútur

Skammtar: 4

Erfiðleikastig: Miðlungs

Innihald:

- 4 stórir húfur af portobello sveppum
- 3 matskeiðar af extra virgin ólífuolíu
- Salt og pipar eftir smekk
- 4 þurrkaðir tómatar
- 1 bolli rifinn mozzarellaostur, skipt
- ½ til ¾ bolli lágnatríum tómatsósa

Leiðbeiningar:

Forhitið kjúklinginn við háan hita. Setjið sveppalokin á bökunarplötu og dreypið ólífuolíu yfir. Stráið salti og pipar yfir. Grillið sveppahetturnar í 10 mínútur, snúið við hálfa leið þar til toppurinn er gullinbrúnn.

Takið af grillinu. Setjið 1 tómat, 2 msk ost og 2 til 3 msk sósu á hverja sveppahettu. Settu sveppahetturnar aftur á grillið og haltu áfram að grilla í 2 til 3 mínútur. Látið kólna í 5 mínútur áður en það er borið fram.

Næring (á 100 g): 217 hitaeiningar 15,8g Fita 9g Kolvetni 11,2g Prótein 793mg Natríum

Visnuð túnfífillblöð með sætum perum

Undirbúningstími: 15 mínútur

Eldunartími: 15 mínútur

Skammtar: 4

Erfiðleikastig: Auðvelt

Innihald:

- 1 matskeið extra virgin ólífuolía
- 2 hvítlauksrif, söxuð
- 1 Vidalia laukur, þunnt sneið
- ½ bolli natríumsnautt grænmetissoð
- 2 knippi túnfífill lauf, gróft saxað
- Nýmalaður svartur pipar eftir smekk

Leiðbeiningar:

Hitið olíuna á stórri pönnu við lágan hita. Bætið hvítlauknum og lauknum út í og eldið, hrærið af og til, eða þar til laukurinn er hálfgagnsær, 2 til 3 mínútur.

Bætið grænmetissoðinu og túnfífilblöðunum út í og eldið, hrærið oft, þar til það er visnað, 5 til 7 mínútur. Stráið svörtum pipar yfir og setjið á disk á meðan það er heitt.

Næring (á 100 g): 81 hitaeiningar 3,9g Fita 4g Kolvetni 3,2g Prótein 693mg Natríum

Grænt sellerí og sinnep

Undirbúningstími: 10 mínútur
Eldunartími: 15 mínútur
Skammtar: 4
Erfiðleikastig: Miðlungs

Innihald:

- ½ bolli natríumsnautt grænmetissoð
- 1 sellerístilkur, gróft saxaður
- ½ sætur laukur, saxaður
- ½ stór rauð paprika, þunnar sneiðar
- 2 hvítlauksrif, söxuð
- 1 búnt sinnepsgrænmeti, gróft saxað

Leiðbeiningar:

Hellið grænmetissoðinu í stóran steypujárns pott og látið suðuna koma upp við meðalhita. Blandið saman sellerí, lauk, papriku og hvítlauk. Eldið án loks í um það bil 3 til 5 mínútur.

Bætið sinnepsgrænu á pönnuna og blandið vel saman. Lækkið hitann og látið malla þar til vökvinn gufar upp og grænmetið visnar. Takið af hitanum og berið fram heitt.

Næring (á 100 g): 39 hitaeiningar 3.1g Prótein 6.8g Kolvetni 3g Prótein 736mg Natríum

Rjómalagt grænmeti og tófú

Undirbúningstími: 5 mínútur

Eldunartími: 10 mínútur

Skammtar: 2

Erfiðleikastig: Auðvelt

Innihald:

- 2 matskeiðar af extra virgin ólífuolíu
- ½ rauðlaukur, smátt saxaður
- 1 bolli saxað hvítkál
- 8 aura (227 g) sveppir, skornir í sneiðar
- 227 g tofu, skorið í bita
- 2 hvítlauksrif, söxuð
- Saxið rauðar piparflögur
- ½ tsk sjávarsalt
- 1/8 tsk nýmalaður svartur pipar

Leiðbeiningar:

Eldið ólífuolíuna á meðalstórri pönnu við meðalháan hita þar til hún ljómar. Bætið lauknum, kálinu og sveppunum á pönnuna. Eldið og hrærið af og til eða þar til grænmetið byrjar að brúnast.

Bætið tofu við og hrærið þar til það er mjúkt, 3 til 4 mínútur. Bætið hvítlauk, chilipipar, salti og pipar út í og eldið í 30 sekúndur. Látið það hvíla áður en það er borið fram.

Næring (á 100 g): 233 hitaeiningar 15,9g Fita 2g Kolvetni 13,4g Prótein 733mg Natríum

einföld dýradýr

Undirbúningstími: 10 mínútur
Eldunartími: 5 mín
Skammtar: 2
Erfiðleikastig: Auðvelt

Innihald:

- 2 matskeiðar af avókadóolíu
- 2 meðalstórir kúrbítar, spírallaga
- ¼ teskeið salt
- Nýmalaður svartur pipar eftir smekk

Leiðbeiningar:

Hitið avókadóolíuna á stórri pönnu við miðlungshita þar til hún ljómar. Bætið kúrbítsnúðlum, salti og pipar á pönnuna og hrærið. Eldið, hrærið stöðugt, þar til það mýkist. Berið fram heitt.

Næring (á 100 g): 128 hitaeiningar 14g Fita 0,3g Kolvetni 0,3g Prótein 811mg Natríum

Linsubaunir og tómatar

Undirbúningstími: 15 mínútur
Eldunartími: 0 mínútur
Skammtar: 4
Erfiðleikastig: Auðvelt

Innihald:

- 2 bollar soðnar linsubaunir
- 5 Roma tómatar, saxaðir
- ½ bolli mulinn fetaostur
- 10 stór fersk basilíkublöð, þunnar sneiðar
- ¼ bolli extra virgin ólífuolía
- 1 skeið af balsamik ediki
- 2 hvítlauksrif, söxuð
- ½ tsk hrátt hunang
- ½ tsk salt
- ¼ tsk nýmalaður svartur pipar
- 4 stór grænkálsblöð, stilkar fjarlægðir

Leiðbeiningar:

Blandið saman linsubaunum, tómötum, osti, basilíkublöðum, olíu, ediki, hvítlauk, hunangi, salti og pipar og blandið vel saman.

Settu grænkálsblöðin á flatt vinnuborð. Hellið jafnmiklu magni af linsubaunirblöndunni um brúnir laufblaðanna. Búið til rúllu, skiptið henni í tvennt og berið fram.

Næring (á 100 g): 318 hitaeiningar 17,6g Fita 27,5g Kolvetni 13,2g Prótein 800mg Natríum

Miðjarðarhafs grænmetisskál

Undirbúningstími: 10 mínútur
Eldunartími: 20 mínútur
Skammtar: 4
Erfiðleikastig: Miðlungs

Innihald:

- 2 glös af vatni
- 1 bolli #3 bulgur eða quinoa, skolað
- 1½ tsk salt, skipt
- 1 lítri (2 bollar) kirsuberjatómatar, helmingaðir
- 1 stór paprika, saxuð
- 1 stór agúrka, saxuð
- 1 bolli Kalamata ólífur
- ½ bolli nýkreistur sítrónusafi
- 1 glas af extra virgin ólífuolíu
- ½ tsk nýmalaður svartur pipar

Leiðbeiningar:

Í meðalstórum potti, láttu vatn sjóða við meðalhita. Bætið við bulgur (eða kínóa) og 1 tsk af salti. Lokið og eldið í 15 til 20 mínútur.

Til að skipta grænmetinu í 4 skálar skaltu skipta hverri skál sjónrænt í 5 hluta. Setjið eldaða bulgur í hólf. Bætið svo tómötum, papriku, gúrkum og ólífum út í.

Hrærið sítrónusafa, ólífuolíu, ½ teskeið af salti og svörtum pipar út í.

Hellið sósunni jafnt yfir 4 skálar. Berið fram strax eða hyljið og geymið í kæli til síðari nota.

Næring (á 100 g): 772 hitaeiningar 9g Fita 6g Prótein 41g Kolvetni 944mg Natríum

Pakkið inn með grilluðu grænmeti og hummus

Undirbúningstími: 15 mínútur
Eldunartími: 10 mínútur
Skammtar: 6
Erfiðleikastig: Miðlungs

Innihald:

- 1 stórt eggaldin
- 1 stór laukur
- ½ bolli extra virgin ólífuolía
- 1 teskeið af salti
- 6 lavash umbúðir eða stórt pítubrauð
- 1 glas af rjómalöguðum hefðbundnum hummus

Leiðbeiningar:

Forhitið grill, stóra pönnu eða léttolíuða stóra pönnu yfir miðlungshita. Skerið eggaldinið og laukinn í hringa. Penslið grænmetið með ólífuolíu og stráið salti yfir.

Eldið grænmetið í um það bil 3 til 4 mínútur á hvorri hlið. Til að búa til umbúðirnar skaltu setja hraunið eða pítuna flatt. Setjið um 2 matskeiðar af hummus í umbúðirnar.

Skiptið grænmetinu jafnt á milli umbúðanna og brjótið meðfram annarri hliðinni á umbúðunum. Brjótið kantinn á umbúðunum varlega yfir grænmetið, brjótið saman og gerið þétta umbúðir.

Setjið saumhliðina niður og skerið í tvennt eða þriðju.

Þú getur líka pakkað hverri samloku inn í plastfilmu til að hjálpa henni að halda lögun sinni og borða hana síðar.

Næring (á 100 g): 362 hitaeiningar 10g Fita 28g Kolvetni 15g Prótein 736mg Natríum

spænskar grænar baunir

Undirbúningstími: 10 mínútur
Eldunartími: 20 mínútur
Skammtar: 4
Erfiðleikastig: Auðvelt

Innihald:

- ¼ bolli extra virgin ólífuolía
- 1 stór laukur, saxaður
- 4 hvítlauksgeirar, smátt saxaðir
- 1 pund grænar baunir, ferskar eða frosnar, snyrtar
- 1½ tsk salt, skipt
- 1 (15 oz) dós sneiddir tómatar
- ½ tsk nýmalaður svartur pipar

Leiðbeiningar:

Hitið ólífuolíuna, laukinn og hvítlaukinn; Eldið í 1 mínútu. Skerið grænar baunir í 2 tommu bita. Bætið grænum baunum og 1 tsk salti á pönnuna og blandið öllu saman; Eldið í 3 mínútur. Bætið hægelduðum tómötum, ½ teskeið af salti og pipar á pönnu; Haltu áfram að elda í 12 mínútur í viðbót, hrærið af og til. Berið fram heitt.

Næring (á 100 g): 200 hitaeiningar 12g Fita 18g Kolvetni 4g Prótein 639mg Natríum

Rustic soðið blómkál og gulrætur

Undirbúningstími: 10 mínútur

Eldunartími: 10 mínútur

Skammtar: 4

Erfiðleikastig: Auðvelt

Innihald:

- 3 matskeiðar af extra virgin ólífuolíu
- 1 stór laukur, saxaður
- 1 matskeið hvítlaukur, saxaður
- 2 bollar gulrætur, saxaðar
- 4 bollar blómkálsbitar, skolaðir
- 1 teskeið af salti
- ½ tsk malað kúmen

Leiðbeiningar:

Eldið ólífuolíu, lauk, hvítlauk og gulrætur í 3 mínútur. Skerið blómkál í 1 tommu eða hæfilega stóra bita. Bætið blómkálinu, salti og kúmeni á pönnuna og blandið saman við gulræturnar og laukinn.

Lokaðu lokinu og eldaðu í 3 mínútur. Bætið grænmetinu út í og haltu áfram að elda í 3-4 mínútur í viðbót. Berið fram heitt.

Næring (á 100 g): 159 hitaeiningar 17g Fita 15g Kolvetni 3g Prótein 569mg Natríum

Ristað blómkál og tómatar

Undirbúningstími: 5 mínútur

Eldunartími: 25 mínútur

Skammtar: 4

Erfiðleikastig: Miðlungs

Innihald:

- 4 bollar blómkál, skorið í 1 tommu bita
- 6 matskeiðar extra virgin ólífuolía, skipt
- 1 tsk salt, skipt
- 4 bollar kirsuberjatómatar
- ½ tsk nýmalaður svartur pipar
- ½ bolli rifinn parmesanostur

Leiðbeiningar:

Forhitið ofninn í 425°F. Bætið blómkálinu, 3 msk af ólífuolíu og ½ teskeið af salti í stóra skál og blandið vel saman. Sett í jafnt lag á bökunarplötu.

Bætið tómötunum í aðra stóra skál, 3 msk af ólífuolíu sem eftir eru og ½ teskeið af salti og blandið vel saman. Hellið í annað eldfast mót. Setjið blómkálsblaðið og tómatblaðið í ofninn og steikið í 17 til 20 mínútur þar til blómkálið er léttbrúnt og tómatarnir mjúkir.

Setjið blómkálið á disk með spaða og toppið með tómötum, svörtum pipar og parmesanosti. Berið fram heitt.

Næring (á 100 g): 294 hitaeiningar 14g Fita 13g Kolvetni 9g Prótein 493mg Natríum

Brennt kúrbít

Undirbúningstími: 10 mínútur
Eldunartími: 35 mínútur
Skammtar: 6
Erfiðleikastig: Miðlungs

Innihald:

- 2 kúrbít, meðalstór til stór
- 2 matskeiðar af extra virgin ólífuolíu
- 1 tsk salt, auk meira til að krydda
- 5 matskeiðar ósaltað smjör
- ¼ bolli söxuð salvíublöð
- 2 matskeiðar fersk timjanblöð
- ½ tsk nýmalaður svartur pipar

Leiðbeiningar:

Forhitið ofninn í 400°F. Skerið kúrbítinn í tvennt eftir endilöngu. Skafið fræin út og skerið lárétt í ¾ tommu þykkar sneiðar. Í stórri skál, dreypið kúrbítnum með ólífuolíu, stráið salti yfir og blandið til að hjúpa.

Setjið acorn-squashurnar á bökunarplötu. Settu bökunarplötuna inn í ofninn og steiktu graskerið í 20 mínútur. Snúið squashinu við með sleif og bakið í 15 mínútur í viðbót.

Í meðalstórum potti, mýkið smjörið við meðalhita. Bætið salvíu og timjani við brætt smjör og eldið í 30 sekúndur. Flyttu soðnu graskersneiðarnar yfir á disk. Hellið smjör/jurtablöndunni yfir squashið. Bragðbætið með salti og svörtum pipar. Berið fram heitt.

Næring (á 100 g): 188 hitaeiningar 13g Fita 16g Kolvetni 1g Prótein 836mg Natríum

Steikt hvítlauksspínat

Undirbúningstími: 5 mínútur

Eldunartími: 10 mínútur

Skammtar: 4

Erfiðleikastig: Auðvelt

Innihald:

- ¼ bolli extra virgin ólífuolía
- 1 stór laukur, þunnt sneið
- 3 hvítlauksgeirar, saxaðir
- 6 (1 pund) pokar barnaspínat, þvegið
- ½ tsk salt
- 1 sítróna, skorin í sneiðar

Leiðbeiningar:

Eldið ólífuolíuna, laukinn og hvítlaukinn á stórri pönnu við meðalhita í 2 mínútur. Bætið við poka af spínati og ½ teskeið af salti. Lokið pönnunni og látið spínatið visna í 30 sekúndur. Endurtaktu, bættu við 1 poka af spínati í einu (slepptu saltinu).

Þegar öllu spínatinu hefur verið bætt við skaltu fjarlægja lokið og elda í 3 mínútur til að leyfa hluta af rakanum að gufa upp. Berið fram heitt með því að strá sítrónuberki ofan á.

Næring (á 100 g):301 hitaeiningar 12g Fita 29g Kolvetni 17g Prótein 639mg Natríum

Kúrbít steikt með myntu og hvítlauk

Undirbúningstími: 5 mínútur
Eldunartími: 10 mínútur
Skammtar: 4
Erfiðleikastig: Auðvelt

Innihald:

- 3 stórir grænir kúrbítar
- 3 matskeiðar af extra virgin ólífuolíu
- 1 stór laukur, saxaður
- 3 hvítlauksgeirar, saxaðir
- 1 teskeið af salti
- 1 tsk þurrkuð mynta

Leiðbeiningar:

Skerið kúrbítinn í hálfa tommu teninga. Eldið olíu, lauk og hvítlauk í 3 mínútur, hrærið stöðugt í.

Bætið kúrbítnum og salti á pönnuna og blandið lauknum og hvítlauknum saman við og eldið í 5 mínútur. Bætið myntu á pönnuna, blandið saman. Eldið í aðrar 2 mínútur. Berið fram heitt.

Næring (á 100 g): 147 hitaeiningar 16g Fita 12g Kolvetni 4g Prótein 723mg Natríum

soðin okra

Undirbúningstími: 55 mínútur

Eldunartími: 25 mínútur

Skammtar: 4

Erfiðleikastig: Auðvelt

Innihald:

- ¼ bolli extra virgin ólífuolía
- 1 stór laukur, saxaður
- 4 hvítlauksgeirar, smátt saxaðir
- 1 teskeið af salti
- 1 pund ferskt eða frosið okra, hreinsað
- 1 (15 aura) dós venjuleg tómatsósa
- 2 glös af vatni
- ½ bolli ferskt kóríander, smátt saxað
- ½ tsk nýmalaður svartur pipar

Leiðbeiningar:

Blandið saman ólífuolíu, lauk, hvítlauk og salti og steikið í 1 mínútu. Bætið okra saman við og eldið í 3 mínútur.

Bætið við tómatsósu, vatni, kóríander og svörtum pipar; hrærið, hyljið og eldið í 15 mínútur, hrærið af og til. Berið fram heitt.

Næring (á 100 g): 201 hitaeiningar 6g Fita 18g Kolvetni 4g Prótein 693mg Natríum

Paprika fyllt með sætu grænmeti

Undirbúningstími: 20 mínútur

Eldunartími: 30 mínútur

Skammtar: 6

Erfiðleikastig: Miðlungs

Innihald:

- 6 stórar paprikur (mismunandi litir)
- 3 matskeiðar af extra virgin ólífuolíu
- 1 stór laukur, saxaður
- 3 hvítlauksgeirar, saxaðir
- 1 gulrót, saxuð
- 1 dós (16 aura) kjúklingabaunir, skolaðar og tæmdar
- 3 bollar soðin hrísgrjón
- 1½ teskeið af salti
- ½ tsk nýmalaður svartur pipar

Leiðbeiningar:

Forhitið ofninn í 350°F. Gakktu úr skugga um að þú veljir papriku sem geta staðið upprétt. Skerið hettuna af paprikunni og fjarlægið fræin, geymið lokið til síðari notkunar. Raðið paprikunum á bökunarplötuna.

Hitið olíu, lauk, hvítlauk og gulrætur í 3 mínútur. Bæta við kjúklingabaunum. Eldið í 3 mínútur í viðbót. Takið pönnuna af hellunni og setjið eldað hráefni í stóra skál. Bætið við hrísgrjónum, salti og pipar; Spilaðu til að búa til eldspýtur.

Fylltu hverja papriku ofan á og settu síðan piparhetturnar aftur á. Hyljið bökunarplötuna með álpappír og bakið í 25 mínútur.

Fjarlægðu álpappírinn og bakaðu í 5 mínútur í viðbót. Berið fram heitt.

Næring (á 100 g): 301 hitaeiningar 15g Fita 50g Kolvetni 8g Prótein 803mg Natríum

Eggaldin Moussaka

Undirbúningstími: 55 mínútur

Eldunartími: 40 mínútur

Skammtar: 6

Erfiðleikastig: Erfitt

Innihald:

- 2 stór eggaldin
- 2 tsk salt, skipt
- ólífuolíu sprey
- ¼ bolli extra virgin ólífuolía
- 2 stórir laukar, sneiddir
- 10 hvítlauksrif, skorin í sneiðar
- 2 (15 aura) dósir sneiddir tómatar
- 1 dós (16 aura) kjúklingabaunir, skolaðar og tæmdar
- 1 tsk þurrkað timjan
- ½ tsk nýmalaður svartur pipar

Leiðbeiningar:

Skerið eggaldinið lárétt í ¼ tommu þykka hringlaga diska. Stráið 1 tsk af salti á eggaldinsneiðarnar og látið standa í sigti í 30 mínútur.

Forhitið ofninn í 450°F. Þurrkaðu eggaldinsneiðarnar með pappírshandklæði og úðaðu á báðar hliðar með ólífuolíuspreyi eða penslið báðar hliðar létt með ólífuolíu.

Raðið eggaldininu í einu lagi á bökunarplötu. Setjið í ofninn og bakið í 10 mínútur. Snúið svo sneiðunum með spaða og eldið í 10 mínútur í viðbót.

Steikið ólífuolíu, lauk, hvítlauk og 1 tsk salt sem eftir er. Eldið í 5 mínútur, hrærið af og til. Bætið tómötum, kjúklingabaunum, timjani og svörtum pipar út í. Eldið í 12 mínútur, hrærið af og til.

Notaðu djúpa pott, byrjaðu að setja lag, byrjaðu á eggaldininu og vinnðu þig upp að sósunni. Endurtaktu þar til öll innihaldsefni eru notuð. Bakið í ofni í 20 mínútur. Takið úr ofninum og berið fram heitt.

Næring (á 100 g): 262 hitaeiningar 11g Fita 35g Kolvetni 8g Prótein 723mg Natríum

Vínberjalauf fyllt með grænmeti

Undirbúningstími: 50 mínútur

Eldunartími: 45 mínútur

Skammtar: 8

Erfiðleikastig: Miðlungs

Innihald:

- 2 bollar hvít hrísgrjón, þvegin
- 2 stórir tómatar, smátt saxaðir
- 1 stór laukur, smátt saxaður
- 1 grænn laukur, smátt saxaður
- 1 bolli fersk ítalsk steinselja, smátt söxuð
- 3 hvítlauksgeirar, saxaðir
- 2½ tsk af salti
- ½ tsk nýmalaður svartur pipar
- 1 (16 aura) dós vínberjalauf
- 1 glas af sítrónusafa
- ½ bolli extra virgin ólífuolía
- 4 til 6 glös af vatni

Leiðbeiningar:

Blandið saman hrísgrjónum, tómötum, lauk, graslauk, steinselju, hvítlauk, salti og pipar. Tæmdu og þvoðu vínberjalaufin. Útbúið stóran pott með því að setja lag af vínviðarlaufum á botninn. Leggðu hvert laufblað flatt og klipptu alla stilka af.

Hellið 2 matskeiðum af hrísgrjónablöndunni á botn hvers blaðs. Brjótið inn hliðarnar og rúllið eins þétt og hægt er. Settu innpökkuðu vínberjalaufin á pönnuna og stilltu hvert innpökkuðu vínberjablaði í röð. Haltu áfram að setja lag ofan á rúlluðu vínberjalaufin.

Hellið sítrónusafanum og ólífuolíu hægt yfir vínberjalaufin og bætið við nægu vatni til að hylja vínberjalaufin um 1 tommu. Settu þungan disk, minni en munninn á pottinum, á hvolfi á vínviðarlaufin. Lokið pönnunni og steikið blöðin við miðlungs lágan hita í 45 mínútur. Látið hvíla í 20 mínútur áður en það er borið fram. Berið fram heitt eða kalt.

Næring (á 100 g): 532 hitaeiningar 15g Fita 80g Kolvetni 12g Prótein 904mg Natríum

Grillaðar eggaldin rúllur

Undirbúningstími: 30 mínútur

Eldunartími: 10 mínútur

Skammtar: 6

Erfiðleikastig: Miðlungs

Innihald:

- 2 stór eggaldin
- 1 teskeið af salti
- 4 aura geitaostur
- 1 bolli ricotta
- ¼ bolli fersk basilíka, smátt skorin
- ½ tsk nýmalaður svartur pipar
- ólífuolíu sprey

Leiðbeiningar:

Skerið toppana af eggaldinunum og sneiðið eggaldinin eftir endilöngu, hálfs sentímetra þykkt. Stráið sneiðunum yfir og látið eggaldinið liggja í sigti í 15-20 mínútur.

Dreifið geitaosti, ricotta, basil og pipar yfir. Forhitið pönnu, pönnu eða pönnu með olíu með olíu yfir meðalhita. Þurrkaðu eggaldinsneiðarnar og úðaðu létt með ólífuolíuspreyi. Setjið eggaldinið á grillið, pönnu eða pönnu og eldið í 3 mínútur á hvorri hlið.

Takið eggaldinið af hellunni og látið það kólna í 5 mínútur. Til að rúlla, leggið eggaldinsneið flata, setið matskeið af ostablöndunni á botninn á sneiðinni og rúllið. Berið fram strax eða geymið í kæli þar til borið er fram.

Næring (á 100 g):255 hitaeiningar 7g Fita 19g Kolvetni 15g Prótein 793mg Natríum

Stökkar kúrbítsbrauð

Undirbúningstími: 15 mínútur

Eldunartími: 20 mínútur

Skammtar: 6

Erfiðleikastig: Auðvelt

Innihald:

- 2 stórir grænir kúrbítar
- 2 matskeiðar ítölsk steinselja, smátt söxuð
- 3 hvítlauksgeirar, saxaðir
- 1 teskeið af salti
- 1 bolli hveiti
- 1 stórt egg, þeytt
- ½ glas af vatni
- 1 tsk duftger
- 3 bollar grænmetis- eða avókadóolía

Leiðbeiningar:

Rífið kúrbítinn í stóra skál. Bætið steinselju, hvítlauk, salti, hveiti, eggi, vatni og geri í skálina og hrærið saman. Hitið olíu í 365°F í stórum potti eða djúpsteikingarpotti yfir miðlungshita.

Hellið steikta deiginu í heitu olíuna. Notaðu skál, snúðu kökunum og steiktu þar til þær eru gullinbrúnar, um það bil 2 til 3 mínútur.

Hellið kjötbollunum af olíunni og setjið þær á disk klæddan pappírsþurrku. Berið fram heitt sem ídýfu með rjómalöguðum tzatziki eða rjómalöguðum hefðbundnum hummus.

Næring (á 100 g): 446 hitaeiningar 2g Fita 19g Kolvetni 5g Prótein 812mg Natríum

Ostaspínat sætabrauð

Undirbúningstími: 20 mínútur

Eldunartími: 40 mínútur

Skammtar: 8

Erfiðleikastig: Erfitt

Innihald:

- 2 matskeiðar af extra virgin ólífuolíu
- 1 stór laukur, saxaður
- 2 hvítlauksrif, söxuð
- 3 (1 pund) pokar barnaspínat, þvegið
- 1 bolli hvítur ostur
- 1 stórt egg, þeytt
- laufabrauðsblöð

Leiðbeiningar:

Forhitið ofninn í 375°F. Hitið ólífuolíu, lauk og hvítlauk í 3 mínútur. Bætið spínatinu einu í einu á pönnuna og leyfið því að visna á milli hvers poka. Skjótaðu með pincet. Eldið í 4 mínútur. Þegar spínatið er soðið, hellið umframvökvanum af pönnunni.

Blandið saman fetaost, eggi og soðnu spínati í stóra skál. Setjið smjördeigið flatt á borðið. Skerið deigið í 3 tommu ferninga. Hellið matskeið af spínatblöndunni í miðju laufabrauðsferningsins. Búðu til þríhyrning með því að brjóta eitt horn ferningsins á ská. Klípið brúnirnar á kökunni með því að þrýsta með tönnum á gaffli. Endurtaktu ferlið þar til allir ferningarnir eru fylltir.

Setjið terturnar á bökunarpappírsklædda ofnplötu og bakið í 25 til 30 mínútur eða þar til þær eru gullinbrúnar. Berið fram heitt eða við stofuhita.

Næring (á 100 g): 503 hitaeiningar 6g Fita 38g Kolvetni 16g Prótein 836mg Natríum

gúrkusamlokur

Undirbúningstími: 5 mínútur

Eldunartími: 0 mínútur

Skammtar: 12

Erfiðleikastig: Auðvelt

Innihald:

- 1 agúrka, skorin í sneiðar
- 8 sneiðar heilhveitibrauð
- 2 matskeiðar rjómaostur, mjúkur
- 1 msk graslaukur, saxaður
- ¼ bolli avókadó, afhýtt, fræhreinsað og maukað
- 1 tsk sinnep
- Salt og pipar eftir smekk

Leiðbeiningar:

Smyrjið maukinu á hverja brauðsneið, dreifið líka restinni af hráefninu nema gúrkusneiðunum.

Skiptið gúrkusneiðunum yfir brauðsneiðarnar, skiptið hverri sneið í þrennt, raðið á disk og berið fram sem forrétt.

Næring (á 100 g): 187 hitaeiningar 12,4g Fita 4,5g Kolvetni 8,2g Prótein 736mg Natríum

jógúrtsafa

Undirbúningstími: 10 mínútur

Eldunartími: 0 mínútur

Skammtar: 6

Erfiðleikastig: Auðvelt

Innihald:

- 2 bollar grísk jógúrt
- 2 msk pistasíuhnetur, ristaðar og saxaðar
- Smá salti og hvítur pipar
- 2 matskeiðar mynta, söxuð
- 1 msk kalamata ólífur, grófhreinsaðar og saxaðar
- ¼ bolli zaatar krydd
- ¼ bolli granatepli fræ
- 1/3 bolli ólífuolía

Leiðbeiningar:

Blandið jógúrtinni saman við hnetur og annað hráefni, þeytið vel, skiptið í litlar skálar og berið fram með frönskum.

Næring (á 100 g): 294 hitaeiningar 18g Fita 2g Kolvetni 10g Prótein 593mg Natríum

tómatar bruschetta

Undirbúningstími: 10 mínútur

Eldunartími: 10 mínútur

Skammtar: 6

Erfiðleikastig: Auðvelt

Innihald:

- 1 baguette, sneið
- 1/3 bolli basil, saxað
- 6 tómatar, saxaðir
- 2 hvítlauksrif, söxuð
- Smá salti og pipar
- 1 tsk ólífuolía
- 1 skeið af balsamik ediki
- ½ tsk hvítlauksduft
- matreiðslu sprey

Leiðbeiningar:

Setjið baguette sneiðar á bökunarplötu klædda bökunarpappír, úðið með matreiðsluúða. Bakið við 400 gráður í 10 mínútur.

Blandið tómötunum saman við basilíkuna og annað hráefni, blandið vel saman og látið standa í 10 mínútur. Skiptið tómatblöndunni í hverja baguette sneið, raðið öllum á disk og berið fram.

Næring (á 100 g): 162 hitaeiningar 4g Fita 29g Kolvetni 4g Prótein 736mg Natríum

Fylltir tómatar með ólífum og osti

Undirbúningstími: 10 mínútur

Eldunartími: 0 mínútur

Skammtar: 24

Erfiðleikastig: Auðvelt

Innihald:

- 24 kirsuberjatómatar, toppar snyrtir og kjarnhreinsaðir
- 2 skeiðar af ólífuolíu
- ¼ tsk rauðar piparflögur
- ½ bolli fetaostur, mulinn
- 2 matskeiðar svart ólífumauk
- ¼ bolli mynta, rifin

Leiðbeiningar:

Blandið ólífumaukinu saman við hin hráefnin nema kirsuberjatómatana í skál og blandið vel saman. Fylltu kirsuberjatómatana með þessari blöndu, settu þá alla á disk og berðu fram sem forrétt.

Næring (á 100 g): 136 hitaeiningar 8,6g Fita 5,6g Kolvetni 5,1g Prótein 648mg Natríum

Pipar Tapenade

Undirbúningstími: 10 mínútur

Eldunartími: 0 mínútur

Skammtar: 4

Erfiðleikastig: Auðvelt

Innihald:

- 7 aura ristuð rauð paprika, hakkað
- ½ bolli rifinn parmesan
- 1/3 bolli steinselja, söxuð
- 14 aura niðursoðnir ætiþistlar, tæmdir og saxaðir
- 3 skeiðar af ólífuolíu
- ¼ bolli kapers, tæmd
- 1 og ½ msk sítrónusafi
- 2 hvítlauksrif, söxuð

Leiðbeiningar:

Blandið saman rauðri papriku með parmesan og öðru hráefni í blandara og blandið vel saman. Skiptið í glös og berið fram sem snarl.

Næring (á 100 g): 200 hitaeiningar 5,6 g fita 12,4 g kolvetni 4,6 g prótein 736 mg natríum

kóríander falafel

Undirbúningstími: 10 mínútur
Eldunartími: 10 mínútur
Skammtar: 8
Erfiðleikastig: Auðvelt

Innihald:

- 1 bolli niðursoðnar kjúklingabaunir
- 1 búnt af steinseljublöðum
- 1 gulur laukur, saxaður
- 5 hvítlauksrif, söxuð
- 1 tsk kóríander, malað
- Smá salti og pipar
- ¼ tsk heitur pipar
- ¼ tsk matarsódi
- ¼ tsk kúmenduft
- 1 tsk sítrónusafi
- 3 matskeiðar tapíókamjöl
- steikingarolíu

Leiðbeiningar:

Blandið baunum saman við steinselju, lauk og annað innihaldsefni nema olíu og hveiti í matvinnsluvél og blandið vel saman. Færið blönduna yfir í skál, bætið hveitinu út í, blandið vel saman, mótið 16 kúlur úr þessari blöndu og fletjið aðeins út.

Hitið pönnuna yfir meðalháan hita, bætið falaflunum út í, steikið í 5 mínútur á hvorri hlið, setjið á pappírshandklæði, hellið af umfram olíu, raðið á disk og berið fram sem forrétt.

Næring (á 100 g): 122 hitaeiningar 6,2g Fita 12,3g Kolvetni 3,1g Prótein 699mg Natríum

Rauður pipar hummus

Undirbúningstími: 10 mínútur

Eldunartími: 0 mínútur

Skammtar: 6

Erfiðleikastig: Auðvelt

Innihald:

- 6 aura ristuð rauð paprika, afhýdd og hakkað
- 16 aura niðursoðnar kjúklingabaunir, tæmdar og skolaðar
- ¼ bolli grísk jógúrt
- 3 matskeiðar tahinimauk
- safi úr 1 sítrónu
- 3 hvítlauksgeirar, saxaðir
- 1 skeið af ólífuolíu
- Smá salti og pipar
- 1 matskeið steinselja, söxuð

Leiðbeiningar:

Í matvinnsluvélinni skaltu blanda rauðu paprikunni saman við restina af hráefninu nema olíu og steinselju og púlsa vel. Bætið olíunni út í, þeytið aftur, skiptið á milli glösa, stráið steinselju yfir og berið fram sem veisluálegg.

Næring (á 100 g): 255 hitaeiningar 11,4g Fita 17,4g Kolvetni 6,5g Prótein 593mg Natríum

Hvíta baunadýfa

Undirbúningstími: 10 mínútur

Eldunartími: 0 mínútur

Skammtar: 4

Erfiðleikastig: Auðvelt

Innihald:

- 15 aura niðursoðnar hvítar baunir, tæmdar og skolaðar
- 6 aura niðursoðin þistilhjörtu, tæmd og skipt í fjórða
- 4 hvítlauksrif, söxuð
- 1 msk basil, saxuð
- 2 skeiðar af ólífuolíu
- safi úr ½ sítrónu
- rifinn börkur af ½ sítrónu
- Salt og pipar eftir smekk

Leiðbeiningar:

Í matvinnsluvélinni skaltu sameina baunirnar með restinni af hráefninu nema ætiþistlinum og olíunni og púlsa vandlega. Bætið olíunni smám saman út í, þeytið blönduna aftur, skiptið á milli glösa og berið fram sem veisluídýfu.

Næring (á 100 g): 27 hitaeiningar 11,7g Fita 18,5g Kolvetni 16,5g Prótein 668mg Natríum

Hummus úr kjöti

Undirbúningstími: 10 mínútur

Eldunartími: 15 mínútur

Skammtar: 8

Erfiðleikastig: Auðvelt

Innihald:

- 10 aura hummus
- 12 aura lamb, malað
- ½ bolli granatepli fræ
- ¼ bolli steinselja, söxuð
- 1 skeið af ólífuolíu
- Franskar til framreiðslu

Leiðbeiningar:

Forhitið pönnuna yfir meðalháum hita, eldið kjötið og steikið í 15 mínútur, hrærið stöðugt í. Dreifið hummusinum á disk, stráið hakkinu yfir, stráið líka granateplafræjum og steinselju yfir og berið fram sem snarl með pítuflögum.

Næring (á 100 g): 133 hitaeiningar 9,7g Fita 6,4g Kolvetni 5,4g Prótein 659mg Natríum

eggaldinsósa

Undirbúningstími: 10 mínútur

Eldunartími: 40 mínútur

Skammtar: 4

Erfiðleikastig: Auðvelt

Innihald:

- 1 eggaldin saxað með gaffli
- 2 matskeiðar tahinimauk
- 2 skeiðar af sítrónusafa
- 2 hvítlauksrif, söxuð
- 1 skeið af ólífuolíu
- Salt og pipar eftir smekk
- 1 matskeið steinselja, söxuð

Leiðbeiningar:

Setjið eggaldinið á bökunarplötu, bakið við 400 gráður F í 40 mínútur, kælið, afhýðið og flytjið í matvinnsluvélina. Blandið öðru hráefni nema steinselju saman, púlsið vel, skiptið í litlar skálar og berið fram sem forrétt, stráið steinselju yfir.

Næring (á 100 g): 121 hitaeiningar 4,3g Fita 1,4g Kolvetni 4,3g Prótein 639mg Natríum

steikt grænmeti

Undirbúningstími: 10 mínútur

Eldunartími: 10 mínútur

Skammtar: 8

Erfiðleikastig: Auðvelt

Innihald:

- 2 hvítlauksrif, söxuð
- 2 gulir laukar, saxaðir
- 4 graslaukur, saxaður
- 2 gulrætur, rifnar
- 2 tsk kúmen, malað
- ½ tsk túrmerikduft
- Salt og pipar eftir smekk
- ¼ tsk kóríander, malað
- 2 matskeiðar steinselja, söxuð
- ¼ tsk sítrónusafi
- ½ bolli möndlumjöl
- 2 rófur, afhýddar og rifnar
- 2 egg, þeytt
- ¼ bolli tapioka hveiti
- 3 skeiðar af ólífuolíu

Leiðbeiningar:

Blandið hvítlauknum saman við hitt hráefnið nema lauk, graslauk og olíu í skál, blandið vel saman og búið til meðalstórar kjötbollur með þessari blöndu.

Hitið pönnuna við meðalháan hita, setjið kjötbollurnar, steikið í 5 mínútur á hvorri hlið, raðið á disk og berið fram.

Næring (á 100 g): 209 hitaeiningar 11,2g Fita 4,4g Kolvetni 4,8g Prótein 726mg Natríum

Lambakjötbollur með bulgur

Undirbúningstími: 10 mínútur

Eldunartími: 15 mínútur

Skammtar: 6

Erfiðleikastig: Auðvelt

Innihald:

- 1 og ½ bolli grísk jógúrt
- ½ tsk kúmen, malað
- 1 bolli agúrka, saxuð
- ½ tsk hvítlaukur, saxaður
- Smá salti og pipar
- 1 glas af bulgur
- 2 glös af vatni
- 1 pund lamb, malað
- ¼ bolli steinselja, söxuð
- ¼ bolli skalottlaukur, saxaður
- ½ tsk kryddjurt, malað
- ½ tsk kanillduft
- 1 skeið af ólífuolíu

Leiðbeiningar:

Blandið bulgur saman við vatn, lokaðu lokinu á ílátinu, láttu það hvíla í 10 mínútur, síaðu og færðu það í ílát. Bætið kjöti, jógúrt og öðru hráefni nema olíu saman við, blandið vel saman og mótið meðalstórar kjötbollur með þessari blöndu. Hitið pönnuna við meðalháan hita, bætið kjötbollunum út í, steikið í 7 mínútur á hvorri hlið, raðið á disk og berið fram sem forrétt.

Næring (á 100 g): 300 hitaeiningar 9,6g Fita 22,6g Kolvetni 6,6g Prótein 644mg Natríum

gúrkubita

Undirbúningstími: 10 mínútur

Eldunartími: 0 mínútur

Skammtar: 12

Erfiðleikastig: Auðvelt

Innihald:

- 1 ensk agúrka, skorin í 32 sneiðar
- 10 aura hummus
- 16 kirsuberjatómatar, helmingaðir
- 1 matskeið steinselja, söxuð
- 1 únsa fetaostur, mulinn

Leiðbeiningar:

Dreifið hummus yfir hverja gúrkusneið, skiptið helmingum tómata í hverja, stráið osti og steinselju yfir og berið fram sem forrétt.

Næring (á 100 g): 162 hitaeiningar 3,4 g fita 6,4 g kolvetni 2,4 g prótein 702 mg natríum

fyllt avókadó

Undirbúningstími: 10 mínútur

Eldunartími: 0 mínútur

Skammtar: 2

Erfiðleikastig: Auðvelt

Innihald:

- 1 avókadó, helmingað og fræhreinsað
- 10 aura niðursoðinn túnfiskur, tæmd
- 2 matskeiðar sólþurrkaðir tómatar, saxaðir
- 1 og ½ msk basil pestó
- 2 matskeiðar skornar og saxaðar svartar ólífur
- Salt og pipar eftir smekk
- 2 tsk ristaðar og saxaðar furuhnetur
- 1 msk basil, saxuð

Leiðbeiningar:

Blandið túnfiski saman við restina af hráefninu nema sólþurrkuðum tómötum og avókadó. Fylltu avókadó helminga með túnfiskblöndu og berðu fram sem forrétt.

Næring (á 100 g): 233 hitaeiningar 9 g fita 11,4 g kolvetni 5,6 g prótein 735 mg natríum

Pökkaðar plómur

Undirbúningstími: 5 mínútur
Eldunartími: 0 mínútur
Skammtar: 8
Erfiðleikastig: Auðvelt

Innihald:

- 2 aura skinka, skorin í 16 bita
- 4 plómur skornar í fernt
- 1 msk graslaukur, saxaður
- Örlítið af muldum rauðum piparflögum

Leiðbeiningar:

Vefjið hvern plómufjórðung inn í sneið af prosciutto, raðið þeim öllum á disk, stráið graslauk og chilipipar yfir og berið fram.

Næring (á 100 g): 30 hitaeiningar 1g Fita 4g Kolvetni 2g Prótein 439mg Natríum

Marineraður fetaostur og ætiþistlar

Uppsetningartími: 10 mínútur auk 4 klukkustunda aðgerðaleysis
Eldunartími: 10 mínútur
Skammtar: 2
Erfiðleikastig: Auðvelt

Innihald:

- 4 aura hefðbundinn grískur fetaostur, skorinn í ½ tommu teninga
- 4 únsur tæmd þistilhjörtu, skipt í fjórða langsum
- 1/3 bolli extra virgin ólífuolía
- Börkur og safi úr 1 sítrónu
- 2 matskeiðar fínt saxað ferskt rósmarín
- 2 matskeiðar gróft söxuð fersk steinselja
- ½ tsk svartur pipar

Leiðbeiningar:

Blandið saman fetaosti og þistilhjörtu í glerskál. Bætið ólífuolíu, sítrónuberki og safa, rósmaríni, steinselju og pipar saman við og blandið varlega saman, passið að brjóta ekki fetaostinn.

Geymið í kæli í 4 klukkustundir eða allt að 4 daga. Takið úr kæli 30 mínútum áður en það er borið fram.

Næring (á 100 g): 235 hitaeiningar 23g Fita 1g Kolvetni 4g Prótein 714mg Natríum

Túnfiskkrókett

Uppsetningartími: 40 mínútur auk næturtíma til hvíldar

Eldunartími: 25 mínútur

Skammtar: 36

Erfiðleikastig: Erfitt

Innihald:

- 6 matskeiðar extra virgin ólífuolía, auk 1 til 2 bollar
- 5 msk möndlumjöl og 1 bolli skipt
- 1¼ bolli sýrður rjómi
- 1 (4 aura) dós af gulugga túnfiski, pakkað með ólífuolíu
- 1 matskeið saxaður rauðlaukur
- 2 tsk saxaðar kapers
- ½ tsk þurrkað dill
- ¼ tsk nýmalaður svartur pipar
- 2 stór egg
- 1 bolli panko brauðmola (eða glútenlaus útgáfa)

Leiðbeiningar:

Hitið 6 matskeiðar af ólífuolíu í stórri pönnu yfir miðlungs lágan hita. Bætið 5 matskeiðum af möndlumjöli út í og eldið, hrærið stöðugt, þar til slétt deig myndast og hveitið er léttbrúnt, 2 til 3 mínútur.

Hækkið hitann í meðalháan og bætið rjómanum smám saman út í, þeytið stöðugt þar til það er alveg slétt og þyknað, aðrar 4 til 5 mínútur. Takið út og bætið við túnfiski, rauðlauk, kapers, dilli og pipar.

Flyttu blönduna yfir í 8 tommu ferningaform sem er húðað vel með ólífuolíu og settu til hliðar við stofuhita. Pakkið inn og kælið í 4 klukkustundir eða yfir nótt. Settu þrjár skálar til að mynda króketturnar. Þeytið eggin í einu. Bætið því sem eftir er af möndlumjölinu út í hitt. Í þriðja, bætið panko út í. Klæðið bökunarplötu með bökunarpappír.

Hellið matskeið af köldu deiginu út í hveitiblönduna og rúllið svo yfir. Hristið afganginn af og rúllið því í sporöskjulaga form með því að nota hendurnar.

Dýfið krókettunni í þeytt egg, steikið síðan létt í panko. Setjið á smurða bökunarplötu og endurtakið með afganginum af deiginu.

Hitið eftir 1 til 2 bolla af ólífuolíu í litlum potti yfir miðlungs háan hita.

Þegar olían er orðin heit skaltu steikja 3 eða 4 krókettur eftir stærð pönnunnar, fjarlægðu þær með skeiðar þegar þær eru orðnar gullinbrúnar. Þú verður að stilla olíuhitastigið öðru hverju til að forðast bruna. Ef bitarnir dökkna of fljótt skaltu lækka hitann.

Næring (á 100 g): 245 hitaeiningar 22g Fita 1g Kolvetni 6g Prótein 801mg Natríum

Reykt Lax Hamites

Undirbúningstími: 10 mínútur

Eldunartími: 15 mínútur

Skammtar: 4

Erfiðleikastig: Auðvelt

Innihald:

- 6 aura villtur reyktur lax
- 2 matskeiðar ristaður hvítlaukur Aioli
- 1 matskeið Dijon sinnep
- 1 msk saxaður graslaukur, aðeins grænir hlutar
- 2 tsk saxaðar kapers
- ½ tsk þurrkað dill
- 4 andísspjót eða salathjörtu
- ½ ensk agúrka, skorin í ¼ tommu þykkar sneiðar

Leiðbeiningar:

Saxið reykta laxinn gróflega og setjið hann yfir í litla skál. Bætið aioli, Dijon, grænum lauk, kapers og dilli saman við og blandið vel saman. Fylltu endíf og agúrkusneiðar með skeið af reykta laxblöndunni og njóttu þess þegar þær hafa kólnað.

Næring (á 100 g): 92 hitaeiningar 5 g fita 1 g kolvetni 9 g prótein 714 mg natríum

Sítrusmaríneraðar ólífur

Undirbúningstími: 4 klst

Eldunartími: 0 mínútur

Skammtar: 2

Erfiðleikastig: Auðvelt

Innihald:

- 2 bollar blandaðar grænar ólífur með gryfju
- ¼ bolli rauðvínsedik
- ¼ bolli extra virgin ólífuolía
- 4 hvítlauksgeirar, smátt saxaðir
- Börkur og safi úr 1 stórri appelsínu
- 1 tsk rauð paprika flögur
- 2 lárviðarlauf
- ½ tsk malað kúmen
- ½ tsk kryddjurt

Leiðbeiningar:

Bætið við ólífum, ediki, olíu, hvítlauk, appelsínusafa, chilipipar, lárviðarlaufi, kúmeni og kryddjurtum og blandið vel saman. Lokið og kælið til að leyfa ólífunum að marinerast í 4 klukkustundir eða allt að viku, hrærið aftur áður en þær eru bornar fram.

Næring (á 100 g): 133 hitaeiningar 14g Fita 2g Kolvetni 1g Prótein 714mg Natríum

Ólífumauk með ansjósu

Uppsetningartími: 1 klukkustund og 10 mínútur

Eldunartími: 0 mínútur

Skammtar: 2

Erfiðleikastig: Miðlungs

Innihald:

- 2 bollar steinhreinsaðar Kalamata ólífur eða aðrar svartar ólífur
- 2 ansjósuflök, söxuð
- 2 tsk saxaðar kapers
- 1 hvítlauksgeiri, smátt saxaður
- 1 soðin eggjarauða
- 1 tsk Dijon sinnep
- ¼ bolli extra virgin ólífuolía
- Silkimjúkar kex, fjölhæfar kringlóttar samlokur eða grænmeti, til að bera fram (valfrjálst)

Leiðbeiningar:

Þvoið ólífurnar með köldu vatni og skolið þær vel af. Í matvinnsluvél, blandara eða stóra könnu (ef þú notar blöndunartæki), settu tæmdar ólífur, ansjósur, kapers, hvítlauk, eggjarauður og Dijon. Vinnið þar til þykkt deig myndast. Bætið olíunni út í smátt og smátt á meðan unnið er.

Flyttu í litla skál, loku og kældu í að minnsta kosti 1 klukkustund til að leyfa bragðinu að þróast. Berið fram fjölhæfa samlokumarsinn með frækökum eða uppáhalds stökku grænmetinu þínu.

Næring (á 100 g): 179 hitaeiningar 19g Fita 2g Kolvetni 2g Prótein 82mg Natríum

Grískt grillað egg

Undirbúningstími: 45 mínútur

Eldunartími: 15 mínútur

Skammtar: 4

Erfiðleikastig: Auðvelt

Innihald:

- 4 stór soðin egg
- 2 matskeiðar ristaður hvítlaukur Aioli
- ½ bolli fínt mulinn fetaostur
- 8 kalamata ólífur, smátt saxaðar
- 2 matskeiðar saxaðir sólþurrkaðir tómatar
- 1 matskeið saxaður rauðlaukur
- ½ tsk þurrkað dill
- ¼ tsk nýmalaður svartur pipar

Leiðbeiningar:

Skerið harðsoðnu eggin í tvennt eftir endilöngu, fjarlægðu eggjarauðurnar og settu eggjarauðurnar í meðalstóra skál. Aðskilja helminginn af eggjahvítunum og setja til hliðar. Maukið eggjarauðurnar vandlega með gaffli. Bætið aioli, feta, ólífum, sólþurrkuðum tómötum, lauk, dilli og pipar út í og blandið þar til slétt og rjómakennt.

Hellið fyllingunni í helminginn af hverri eggjahvítu og setjið í kæli, þakið, í 30 mínútur eða allt að 24 klukkustundir.

Næring (á 100 g): 147 hitaeiningar 11g Fita 6g Kolvetni 9g Prótein 736mg Natríum

manchego smákökur

Uppsetningartími: 1 klukkustund og 15 mínútur

Eldunartími: 15 mínútur

Skammtar: 20

Erfiðleikastig: Erfitt

Innihald:

- 4 matskeiðar smjör, við stofuhita
- 1 bolli fínt rifinn manchego ostur
- 1 bolli möndlumjöl
- 1 tsk salt, skipt
- ¼ tsk nýmalaður svartur pipar
- 1 stórt egg

Leiðbeiningar:

Notaðu rafmagnshandþeytara, þeytið smjörið og rifinn ost þar til það er vel blandað og slétt. Blandið saman möndlumjöli með ½ tsk salti og pipar. Blandið möndlumjölsblöndunni smám saman út í ostinn og hrærið stöðugt þar til deigið kemur saman og myndar kúlu.

Settu stykki af pergament eða plastfilmu og rúllaðu í um það bil 1 ½ tommu þykkan strokk. Lokið vel og frystið í að minnsta kosti 1 klst. Forhitið ofninn í 350°F. Klæðið 2 bökunarplötur með smjörpappír eða sílikonmottum.

Til að láta eggið þvo, þeytið eggið og afganginn af ½ teskeið af salti. Skerið kælda deigið í litla hringi, um það bil ¼ tommu þykka, og setjið á bökunarplötu klædda bökunarpappír.

Penslið toppana á kexinu með eggjaþvotti og bakið þar til kexið er orðið gullinbrúnt og stökkt. Setjið á vírgrind til að kólna.

Berið fram heitt eða, þegar það er alveg kælt, geymið í loftþéttu íláti í kæli í allt að 1 viku.

Næring (á 100 g): 243 hitaeiningar 23g Fita 1g Kolvetni 8g Prótein 804mg Natríum

Stafla af Burrata Caprese

Undirbúningstími: 5 mínútur

Eldunartími: 0 mínútur

Skammtar: 4

Erfiðleikastig: Auðvelt

Innihald:

- 1 stór lífrænn tómatur, helst arfagripur
- ½ tsk salt
- ¼ tsk nýmalaður svartur pipar
- 1 (4 aura) kúlu burrata ostur
- 8 fersk basilíkublöð, þunnar sneiðar
- 2 matskeiðar af extra virgin ólífuolíu
- 1 msk rauðvín eða balsamik edik

Leiðbeiningar:

Skerið tómatana í 4 þykkar sneiðar, fjarlægið hörðu fræin og stráið salti og pipar yfir. Setjið tómatana á disk, með kryddhliðinni upp. Skerið burrata í 4 þykkar sneiðar á sérstakan plötu með brún og setjið eina sneið ofan á hverja tómatsneið. Setjið fjórðung af basilíkunni ofan á hverja og hellið burrata-kreminu sem þú geymdir af hliðarplötunni ofan á.

Dreypið olíu og ediki yfir og berið fram með gaffli og hníf.

Næring (á 100 g): 153 hitaeiningar 13g Fita 1g Kolvetni 7g Prótein 633mg Natríum

Kúrbít og Ricotta Fritters með sítrónu og hvítlauk Aioli

Uppsetningartími: 10 mínútur auk 20 mínútna hvíld
Eldunartími: 25 mínútur
Skammtar: 4
Erfiðleikastig: Erfitt

Innihald:

- 1 stór kúrbít eða 2 litlir/meðalstórir kúrbítar
- 1 tsk salt, skipt
- ½ bolli nýmjólk ricotta
- 2 vorlaukar
- 1 stórt egg
- 2 hvítlauksgeirar, smátt saxaðir
- 2 matskeiðar söxuð fersk mynta (valfrjálst)
- 2 tsk sítrónubörkur
- ¼ tsk nýmalaður svartur pipar
- ½ bolli möndlumjöl
- 1 tsk duftger
- 8 matskeiðar extra virgin ólífuolía
- 8 matskeiðar brennt hvítlauksaioli eða avókadóolíumajónes

Leiðbeiningar:

Settu rifna kúrbítinn í sigti eða á nokkur lög af handklæði. Stráið hálfri teskeið af salti yfir og látið standa í 10 mínútur. Notaðu annað blað af handklæði, þrýstu og klappaðu leiðsögninni þurrt til að losa umfram raka. Hrærið tæmdum kúrbít, ricotta, skalottlaukum, eggi, hvítlauk, myntu (ef þú notar), sítrónubörk, afganginn af ½ teskeið salti og svörtum pipar saman við.

Bætið við möndlumjöli og lyftidufti. Blandið hveitiblöndunni saman við graskersblönduna og látið standa í 10 mínútur. Vinnið í fjórum lotum og steikið pönnukökurnar á stórri pönnu. Fyrir hverja lotu af fjórum, hitið 2 matskeiðar af ólífuolíu yfir miðlungs háan hita. Bætið 1 msk graskersdeigi við hverri muffins, þrýstið með bakinu á skeiðinni til að mynda 2- til 3 tommu bökunarbollur. Lokið og steikið í 2 mínútur áður en það er snúið við. Steikið, þakið, eða þar til stökkt og gullbrúnt og eldað í gegn, aðrar 2 til 3 mínútur. Það getur verið nauðsynlegt að minnka hitann í miðlungs til að koma í veg fyrir brunasár. Takið af pönnunni og haldið heitu.

Endurtaktu fyrir þrjár lotur sem eftir eru, notaðu 2 matskeiðar af ólífuolíu fyrir hverja lotu. Berið kjötbollurnar fram heitar með aioli.

Næring (á 100 g): 448 hitaeiningar 42g Fita 2g Kolvetni 8g Prótein 744mg Natríum

Lax fyllt agúrka

Undirbúningstími: 10 mínútur

Eldunartími: 0 mínútur

Skammtar: 4

Erfiðleikastig: Auðvelt

Innihald:

- 2 stórar gúrkur, afhýddar
- 1 (4 aura) niðursoðinn lax
- 1 mjög þroskað meðalstórt avókadó
- 1 matskeið extra virgin ólífuolía
- Börkur og safi úr 1 sítrónu
- 3 matskeiðar saxað ferskt kóríander
- ½ tsk salt
- ¼ tsk nýmalaður svartur pipar

Leiðbeiningar:

Skerið gúrkuna í 1 tommu þykkar sneiðar og skafið fræin úr miðju hverrar sneiðar með skeið og setjið á disk. Blandið saman laxi, avókadó, ólífuolíu, sítrónuberki og safa, kóríander, salti og pipar í meðalstórri skál og hrærið þar til það verður rjómakennt.

Hellið laxablöndunni í miðjuna á hverri gúrkusneið og berið fram kalt.

Næring (á 100 g): 159 hitaeiningar 11g Fita 3g Kolvetni 9g Prótein 739mg Natríum

Geitaostamauk – Makríll

Undirbúningstími: 10 mínútur

Eldunartími: 0 mínútur

Skammtar: 4

Erfiðleikastig: Auðvelt

Innihald:

- 4 aura villt veiddur makríl kastað með ólífuolíu
- 2 aura geitaostur
- Börkur og safi úr 1 sítrónu
- 2 matskeiðar saxuð fersk steinselja
- 2 matskeiðar saxaður ferskur rucola
- 1 matskeið extra virgin ólífuolía
- 2 tsk saxaðar kapers
- 1 til 2 tsk fersk piparrót (valfrjálst)
- Kex, agúrkusneiðar, endíve eða sellerí til framreiðslu (valfrjálst)

Leiðbeiningar:

Í stórri skál með matvinnsluvél, blandara eða blöndunartæki, blandaðu saman makríl, geitaosti, sítrónuberki og safa, steinselju, rucola, ólífuolíu, kapers og piparrót (ef þú notar). Vinnið eða blandið þar til slétt og rjómakennt.

Berið fram með kexum, gúrkusneiðum, andívíu eða selleríi.

Geymist lokað í kæli í allt að 1 viku.

Næring (á 100 g): 118 hitaeiningar 8g Fita 6g Kolvetni 9g Prótein 639mg Natríum

Bragð af Miðjarðarhafsfitusprengjum

Uppsetningartími: 4 klukkustundir 15 mínútur

Eldunartími: 0 mínútur

Skammtar: 6

Erfiðleikastig: Miðlungs

Innihald:

- 1 bolli mulinn geitaostur
- 4 matskeiðar pestó
- 12 steinhreinsaðar Kalamata ólífur, smátt saxaðar
- ½ bolli grófsaxaðar valhnetur
- 1 matskeið saxað ferskt rósmarín

Leiðbeiningar:

Dreifið geitaosti, pestói og ólífum í meðalstóra skál og blandið vel saman með gaffli. Frystið í 4 klukkustundir til að harðna.

Með höndum þínum, myndaðu blönduna í 6 kúlur um ¾ tommu í þvermál. Blandan verður klístrað.

Setjið valhneturnar og rósmarínið í litla skál og rúllið geitaostakúlunum upp úr hnetublöndunni til að hjúpa þær. Geymið fitusprengjur í kæli í allt að 1 viku eða í frysti í allt að 1 mánuð.

Næring (á 100 g): 166 hitaeiningar 15g Fita 1g Kolvetni 5g Prótein 736mg Natríum

avókadó gazpacho

Undirbúningstími: 15 mínútur

Eldunartími: 10 mínútur

Skammtar: 4

Erfiðleikastig: Auðvelt

Innihald:

- 2 bollar saxaðir tómatar
- 2 stór þroskuð avókadó, skorin í tvennt og skorin
- 1 stór agúrka, afhýdd og fræhreinsuð
- 1 meðalstór paprika (rauð, appelsínugul eða gul), saxuð
- 1 bolli fullfeiti náttúruleg grísk jógúrt
- ¼ bolli extra virgin ólífuolía
- ¼ bolli saxað ferskt kóríander
- ¼ bolli saxaður graslaukur, aðeins græni hluti
- 2 matskeiðar rauðvínsedik
- Safi úr 2 sítrónum eða 1 sítrónu
- ½ til 1 tsk salt
- ¼ tsk nýmalaður svartur pipar

Leiðbeiningar:

Notaðu blöndunartæki til að blanda saman tómötum, avókadó, gúrku, papriku, jógúrt, ólífuolíu, kóríander, graslauk, ediki og sítrónusafa. Blandið þar til slétt.

Kryddið og hrærið til að sameina bragðið. Berið fram kalt.

Næring (á 100 g): 392 hitaeiningar 32g Fita 9g Kolvetni 6g Prótein 694mg Natríum

Krabbakaka salatbollar

Undirbúningstími: 35 mínútur

Eldunartími: 20 mínútur

Skammtar: 4

Erfiðleikastig: Miðlungs

Innihald:

- 1 kíló risakrabbi
- 1 stórt egg
- 6 matskeiðar ristaður hvítlaukur Aioli
- 2 matskeiðar Dijon sinnep
- ½ bolli möndlumjöl
- ¼ bolli saxaður rauðlaukur
- 2 tsk reykt paprika
- 1 tsk sellerísalt
- 1 tsk hvítlauksduft
- 1 tsk þurrkað dill (valfrjálst)
- ½ tsk nýmalaður svartur pipar
- ¼ bolli extra virgin ólífuolía
- 4 stór Bibb-salatblöð, þykk hryggur fjarlægður

Leiðbeiningar:

Settu krabbakjötið í stóra skál og fjarlægðu allar sýnilegar skeljar og rífðu kjötið í bita með gaffli. Þeytið eggið, 2 msk aioli og Dijon sinnep í lítilli skál. Bætið því við krabbakjötið og blandið saman með gaffli. Bætið við möndlumjöli, rauðlauk, papriku, sellerísalti, hvítlauksdufti, dilli (ef notað er) og svörtum pipar og blandið vel saman. Látið það hvíla við stofuhita í 10 til 15 mínútur.

Mótið í 8 bollakökur um 2 tommur í þvermál. Eldið ólífuolíuna við meðalháan hita. Steikið kökurnar þar til þær eru gullinbrúnar á hvorri hlið, 2 til 3 mínútur. Rúllið upp, lækkið hitann í lágan og eldið í 6 til 8 mínútur í viðbót, eða þar til það er sett í miðjuna. Takið af pönnunni.

Til að bera fram skaltu vefja 2 litlum krabbakökur í hvert salatblað og toppa með 1 matskeið af aioli.

Næring (á 100 g):344 hitaeiningar 24g Fita 2g Kolvetni 24g Prótein 804mg Natríum

Kjúklingasalat umbúðir með appelsínu og estragon

Undirbúningstími: 15 mínútur
Eldunartími: 0 mínútur
Skammtar: 4
Erfiðleikastig: Auðvelt

Innihald:

- ½ bolli fullfeiti náttúruleg grísk jógúrt
- 2 matskeiðar Dijon sinnep
- 2 matskeiðar af extra virgin ólífuolíu
- 2 matskeiðar ferskt estragon
- ½ tsk salt
- ¼ tsk nýmalaður svartur pipar
- 2 bollar soðinn rifinn kjúklingur
- ½ bolli sneiðar möndlur
- 4 til 8 stór Bibb-salatblöð, sterkir stilkar fjarlægðir
- 2 lítil þroskuð avókadó, afhýdd og skorin í þunnar sneiðar
- Börkur af 1 klementínu eða ½ lítilli appelsínu (um 1 matskeið)

Leiðbeiningar:

Blandið saman jógúrt, sinnepi, ólífuolíu, estragon, appelsínubörk, salti og pipar í meðalstórri skál og þeytið þar til rjómakennt. Bætið við rifnum kjúklingi og möndlum og hrærið saman.

Til að setja saman umbúðirnar skaltu setja um það bil ½ bolla af kjúklingasalatblöndunni í miðju hvers salatblaðs og toppa með sneiðum avókadó.

Næring (á 100 g): 440 hitaeiningar 32g l Fita 8g Kolvetni 26g Prótein 607mg natríum

Sveppir fylltir með fetaosti og kínóa

Undirbúningstími: 5 mínútur

Eldunartími: 8 mínútur

Skammtar: 6

Erfiðleikastig: Miðlungs

Innihald:

- 2 matskeiðar smátt skorin rauð paprika
- 1 hvítlauksgeiri, saxaður
- ¼ bolli soðið kínóa
- 1/8 tsk salt
- ¼ tsk þurrkað timjan
- 24 sveppir, skrældir
- 2 aura mulinn fetaostur
- 3 msk heilhveiti brauðmola
- ólífuolíu matreiðslu sprey

Leiðbeiningar:

Forhitið loftsteikingarvélina í 360°F. Blandið saman papriku, hvítlauk, kínóa, salti og timjan í lítilli skál. Setjið kínóafyllinguna með skeið í sveppahetturnar þar til þær fyllast. Bætið litlum bita af fetaosti ofan á hvern svepp. Stráið örlitlu af brauðrasp yfir fetaostinn á hvern svepp.

Húðaðu loftsteikingarkörfuna með ólífuolíuúða, settu síðan sveppina varlega í körfuna, passaðu að snerta ekki hver annan.

Settu körfuna í airfryer og eldaðu í 8 mínútur. Takið úr Airfryer og berið fram.

Næring (á 100 g): 97 hitaeiningar 4g Fita 11g Kolvetni 7g Prótein 677mg Natríum

Falafel með fimm innihaldsefnum með hvítlauksjógúrtsósu

Undirbúningstími: 5 mínútur

Eldunartími: 15 mínútur

Skammtar: 4

Erfiðleikastig: Erfitt

Innihald:

- fyrir falafel
- 1 dós (15 aura) kjúklingabaunir, tæmd og skoluð
- ½ bolli fersk steinselja
- 2 hvítlauksrif, söxuð
- ½ matskeið malað kúmen
- 1 matskeið heilhveiti
- salt
- Fyrir hvítlauksjógúrtsósuna
- 1 bolli fituskert náttúruleg grísk jógúrt
- 1 hvítlauksgeiri, saxaður
- 1 matskeið saxað ferskt dill
- 2 skeiðar af sítrónusafa

Leiðbeiningar:

Til að gera falafel

Forhitaðu loftsteikingarvélina í 360°F. Setjið kjúklingabaunirnar í matvinnsluvél. Púlsaðu þar til það er fínt saxað, þá er steinseljunni, hvítlauknum og kúmeninu bætt út í og malað í nokkrar mínútur í viðbót þar til innihaldsefnin blandast saman í mauk.

Bætið hveitinu út í. Púlsaðu nokkrum sinnum í viðbót þar til blandast saman. Deigið verður með áferð en það þarf að skera kjúklingabaunirnar í litla bita. Notaðu hreinar hendur og mótaðu deigið í 8 jafnstórar kúlur og klíptu síðan aðeins í kúlur þar til þær eru um ½ þykkar.

Klæðið airfryer körfuna með ólífuolíu matreiðsluúða, setjið síðan falafel-kökuna í körfuna í einu lagi og gætið þess að snerta ekki hvort annað. Steikið í Airfryer í 15 mínútur.

Til að búa til hvítlauksjógúrtsósu

Blandið saman jógúrt, hvítlauk, dilli og sítrónusafa. Þegar falafellurnar eru soðnar og brúnaðar á öllum hliðum, takið þær úr steikingarpottinum og kryddið með salti. Berið fram heitu hliðina á sósunni.

Næring (á 100 g): 151 hitaeiningar 2g Fita 10g Kolvetni 12g Prótein 698mg Natríum

Sítrónu rækjur með hvítlauksolíu

Undirbúningstími: 5 mínútur

Eldunartími: 6 mínútur

Skammtar: 4

Erfiðleikastig: Miðlungs

Innihald:

- 1 pund meðalstór rækja, hreinsuð og afveinuð
- ¼ bolli auk 2 matskeiðar ólífuolía, skipt
- safi úr ½ sítrónu
- 3 hvítlauksrif, söxuð og skipt
- ½ tsk salt
- ¼ tsk rauðar piparflögur
- Sítrónusneiðar til framreiðslu (valfrjálst)
- Marinara sósa til að dýfa (valfrjálst)

Leiðbeiningar:

Forhitaðu loftsteikingarvélina í 380°F. Kasta rækjunni með 2 msk ólífuolíu, sítrónusafa, 1/3 söxuðum hvítlauk, salti og rauðum piparflögum og hjúpið vel.

Blandið saman ¼ bolla af ólífuolíu og restinni af hökkuðri hvítlauk í litlum ramekin. Rífðu af 12 x 12 tommu lak af álpappír. Settu rækjurnar í miðju álpappírsins, brjóttu síðan hliðarnar upp og krumpaðu brúnirnar til að búa til álpappírsskál með opnum toppi. Settu þennan pakka í steikingarkörfuna.

Eldið rækjurnar í 4 mínútur, kveikið síðan á airfryer og setjið ólífuolíu og hvítlauksramekin í körfuna við hlið rækjupakkans. Eldið í aðrar 2 mínútur. Flyttu rækjurnar á fat eða fat með ramekin af hvítlauksolíu á hliðinni til að dýfa í. Ef þú vilt geturðu líka borið það fram með sítrónusneiðum og marinara sósu.

Næring (á 100 g): 264 hitaeiningar 21g Fita 10g Kolvetni 16g Prótein 473mg Natríum

Stökkar grænbaunafrönskur með sítrónujógúrtsósu

Undirbúningstími: 5 mínútur
Eldunartími: 5 mín
Skammtar: 4
Erfiðleikastig: Miðlungs

Innihald:

- <u>fyrir grænar baunir</u>
- 1 egg
- 2 skeiðar af vatni
- 1 matskeið heilhveiti
- ¼ tsk rauð paprika
- ½ tsk hvítlauksduft
- ½ tsk salt
- ¼ bolli heilhveiti brauðmola
- ½ kíló heilar grænar baunir
- <u>Fyrir sítrónujógúrtsósuna</u>
- ½ bolli lágfitu náttúruleg grísk jógúrt
- 1 matskeið sítrónusafi
- ¼ teskeið salt
- 1/8 tsk cayenne pipar

Stefna:

Til að búa til grænar baunir

Forhitaðu loftsteikingarvélina í 380°F.

Í miðlungs grunnri skál, þeytið egg og vatn þar til froðukennt.

Hrærið saman hveiti, papriku, hvítlauksdufti og salti í sérri miðlungs grunnri skál og hrærið síðan brauðmylsnunni saman við.

Húðaðu botninn á loftsteikingarvélinni með matreiðsluúða. Dýfðu hverri grænni baun í eggjablönduna, síðan í brauðmylsnublönduna og hjúpðu mylsnuna að utan. Raðið grænum baunum í einu lagi í botninn á loftsteikingarkörfunni.

Ristið í Airfryer í 5 mínútur eða þar til brauðið er gullbrúnt.

Til að búa til sítrónujógúrtsósu

Bætið við jógúrt, sítrónusafa, salti og rauðum pipar. Berið fram grænbaunafrönskur með sítrónujógúrtdýfu sem snarl eða forrétt.

Næring (á 100 g): 88 hitaeiningar 2g Fita 10g Kolvetni 7g Prótein 697mg Natríum

Heimabakaðar sjávarsaltflísar

Undirbúningstími: 2 mínútur

Eldunartími: 8 mínútur

Skammtar: 2

Erfiðleikastig: Auðvelt

Innihald:

- 2 heilhveitipítur
- 1 skeið af ólífuolíu
- ½ tsk kosher salt

leiðbeiningar

Forhitaðu loftsteikingarvélina í 360°F. Skerið hverja pítu í 8 sneiðar. Í meðalstórri skál skaltu kasta pítusneiðum, olíu og salti þar til sneiðar eru húðaðar og olía og salt dreift jafnt.

Setjið pítusneiðar í jafnt lag í loftsteikingarkörfuna og steikið í 6 til 8 mínútur.

Bætið við meira salti ef vill. Berið fram eitt sér eða með sósu að eigin vali.

Næring (á 100 g): 230 hitaeiningar 8g Fita 11g Kolvetni 6g Prótein 810mg Natríum

Bökuð Spanakopita sósa

Undirbúningstími: 10 mínútur
Eldunartími: 15 mínútur
Skammtar: 2
Erfiðleikastig: Miðlungs

Innihald:

- ólífuolíu matreiðslu sprey
- 3 matskeiðar ólífuolía, skipt
- 2 matskeiðar saxaður hvítlaukur
- 2 hvítlauksrif, söxuð
- 4 bollar ferskt spínat
- 4 aura rjómaostur, mildaður
- 4 aura fetaostur, skipt
- börkur af 1 sítrónu og
- ¼ tsk möluð kókos
- 1 tsk þurrkað dill
- ½ tsk salt
- Franskar, gulrótarstangir eða sneið brauð til að bera fram (valfrjálst)

Leiðbeiningar:

Forhitaðu loftsteikingarvélina í 360°F. Húðaðu að innan í 6 tommu ramekin eða bökunarrétti með ólífuolíuúða.

Hitið 1 matskeið af ólífuolíu í stórri pönnu yfir meðalhita. Bætið lauknum út í og eldið í 1 mínútu. Bætið hvítlauknum út í og eldið, hrærið í, í 1 mínútu í viðbót.

Lækkið hitann og bætið spínati og vatni út í og hrærið. Eldið þar til spínatið visnar. Takið pönnuna af hellunni. Í meðalstórri skál, dreifið rjómaosti, 2 aura feta, og ólífuolíu sem eftir er, sítrónubörkur, múskat, dilli og salt. Blandið bara þar til blandast saman.

Bætið við grænmeti sem byggir á osti og blandið þar til það er blandað saman. Hellið dýfablöndunni í tilbúið ramekin og toppið með 2 aura fetaosti sem eftir eru.

Setjið sósuna í loftsteikingarkörfuna og eldið í 10 mínútur, eða þar til hún er hituð í gegn og freyðandi. Berið fram með frönskum kartöflum, gulrótarstöngum eða brauðsneiðum.

Næring (á 100 g): 550 hitaeiningar 52g Fita 21g Kolvetni 14g Prótein 723mg Natríum

Ristað perlulaukssósa

Undirbúningstími: 5 mínútur

Eldunartími: 12 mínútur auk 1 klukkustundar hvíld

Skammtar: 4

Erfiðleikastig: Miðlungs

Innihald:

- 2 bollar skrældar skalottlaukar
- 3 hvítlauksrif
- 3 matskeiðar ólífuolía, skipt
- ½ tsk salt
- 1 bolli fituskert náttúruleg grísk jógúrt
- 1 matskeið sítrónusafi
- ¼ tsk svartur pipar
- 1/8 tsk rauðar piparflögur
- Franskar, grænmeti eða ristað brauð til framreiðslu (valfrjálst)

Leiðbeiningar:

Forhitið loftsteikingarvélina í 360°F. Í stórri skál, blandaðu skalottlaukum og hvítlauk með 2 msk ólífuolíu þar til laukurinn er vel húðaður.

Hellið hvítlauks- og laukblöndunni í loftsteikingarkörfuna og eldið í 12 mínútur. Setjið hvítlaukinn og laukinn í matvinnsluvélina. Púlsaðu grænmetið nokkrum sinnum þar til laukurinn er smátt saxaður en enn eru nokkrir bitar eftir.

Bætið við hvítlauknum og lauknum, 1 matskeið af ólífuolíu sem eftir er, salti, jógúrt, sítrónusafa, svörtum pipar og chilipipar. Kælið í 1 klukkustund áður en það er borið fram með franskar, grænmeti eða ristað brauð.

Næring (á 100 g): 150 hitaeiningar 10g Fita 6g Kolvetni 7g Prótein 693mg Natríum

Tapenade með rauðum pipar

Undirbúningstími: 5 mínútur

Eldunartími: 5 mín

Skammtar: 4

Erfiðleikastig: Miðlungs

Innihald:

- 1 stór rauð paprika
- 2 matskeiðar auk 1 tsk ólífuolía
- ½ bolli Kalamata ólífur, gróftskornar og gróft skornar
- 1 hvítlauksgeiri, saxaður
- ½ tsk þurrkað timjan
- 1 matskeið sítrónusafi

Leiðbeiningar:

Forhitaðu loftsteikingarvélina í 380°F. Penslið utan á heilu rauðu paprikuna með 1 tsk ólífuolíu og setjið í loftsteikingarkörfuna. Eldið í 5 mínútur. Á meðan, í meðalstórri skál, blandið hinum 2 matskeiðum af ólífuolíu saman við ólífur, hvítlauk, timjan og sítrónusafa.

Takið rauðu paprikuna úr steikingarpottinum, skerið stilkinn varlega af og fjarlægið fræin. Skerið ristuðu paprikuna í stóra bita.

Bætið rauðri papriku út í ólífublönduna og blandið öllu saman þar til það er slétt. Berið fram með franskar, kex eða brauði.

Næring (á 100 g): 104 hitaeiningar 10g Fita 9g Kolvetni 1g Prótein 644mg Natríum

Grískt kartöfluhúð með ólífum og fetaosti

Undirbúningstími: 5 mínútur

Eldunartími: 45 mínútur

Skammtar: 4

Erfiðleikastig: Erfitt

Innihald:

- 2 rustic kartöflur
- 3 skeiðar af ólífuolíu
- 1 tsk kosher salt, skipt
- ¼ tsk svartur pipar
- 2 matskeiðar ferskt kóríander
- ¼ bolli Kalamata ólífur, saxaðar
- ¼ bolli mulinn fetaostur
- Hakkað fersk steinselja til skrauts (valfrjálst)

Leiðbeiningar:

Forhitaðu loftsteikingarvélina í 380°F. Notaðu gaffal til að stinga 2 til 3 göt í kartöflurnar og húðaðu þær með um það bil ½ msk ólífuolíu og ½ tsk salti.

Setjið kartöflurnar í loftsteikingarkörfuna og eldið í 30 mínútur. Takið kartöflurnar úr airfryer og skerið þær í tvennt. Skafið kjötið af kartöflunum með skeið, skilið eftir hálft tommu lag af kartöflum inni í hýðinu og aðskilið hýðina.

Í meðalstórri skál skaltu kasta hálfum kartöflum með hinum 2 msk ólífuolíu, ½ teskeið salti, svörtum pipar og kóríander. Blandið þar til það hefur blandast vel saman. Skiptið kartöflufyllingunni yfir tómu kartöfluhýðin og dreifið jafnt yfir. Bætið matskeið af ólífum og fetaosti á hverja kartöflu.

Settu hlaðna kartöfluhýðina aftur í loftsteikingarvélina og eldaðu í 15 mínútur. Berið fram með meira söxuðu kóríander eða steinselju og ögn af ólífuolíu, ef vill.

Næring (á 100 g):270 hitaeiningar 13g Fita 34g Kolvetni 5g Prótein 672mg Natríum

Pítubrauð með þistilhjörtum og ólífum

Undirbúningstími: 5 mínútur

Eldunartími: 10 mínútur

Skammtar: 4

Erfiðleikastig: Auðvelt

Innihald:

- 2 heilhveitipítur
- 2 matskeiðar ólífuolía, skipt
- 2 hvítlauksrif, söxuð
- ¼ teskeið salt
- ½ bolli niðursoðin þistilhjörtu, skorin í sneiðar
- ¼ bolli Kalamata ólífur
- ¼ bolli rifinn parmesan
- ¼ bolli mulinn fetaostur
- Hakkað fersk steinselja til skrauts (valfrjálst)

Leiðbeiningar:

Forhitaðu loftsteikingarvélina í 380°F. Penslið hverja pítu með 1 msk ólífuolíu og stráið söxuðum hvítlauk og salti yfir.

Skiptið þistilhjörtum, ólífum og osti jafnt á milli tveggja píta, setjið báðar í steikingarpottinn og eldið í 10 mínútur. Áður en borið er fram skaltu fjarlægja píturnar og skera í 4 bita. Stráið steinselju yfir ef vill.

Næring (á 100 g): 243 hitaeiningar 15g Fita 10g Kolvetni 7g Prótein 644mg Natríum

Lítil krabbakaka

Undirbúningstími: 10 mínútur

Eldunartími: 10 mínútur

Skammtar: 6

Erfiðleikastig: Miðlungs

Innihald:

- 8 aura krabbakjöt
- 2 matskeiðar saxaður rauð paprika
- 1 skalottlaukur, hvítir hlutar og grænir hlutar, saxaðir
- 1 hvítlauksgeiri, saxaður
- 1 msk kapers, saxað
- 1 msk fitulaus grísk jógúrt
- 1 egg, þeytt
- ¼ bolli heilhveiti brauðmola
- ¼ teskeið salt
- 1 skeið af ólífuolíu
- 1 sítróna, skorin í sneiðar

Leiðbeiningar:

Forhitið loftsteikingarvélina í 360°F. Í meðalstórri skál, kastaðu krabba, papriku, skalottlaukur, hvítlauk og kapers þar til þau eru sameinuð. Bætið við jógúrt og eggi. Blandið þar til blandast saman. Bætið við brauðrasp og salti.

Skiptið þessari blöndu í 6 jafna hluta og skiptið þeim í kjötbollur. Settu krabbakökur fyrir sig í loftsteikingarkörfunni í einu lagi. Penslið toppinn á hverjum hamborgara með smá ólífuolíu. Eldið í 10 mínútur.

Takið krabbakökurnar úr steikingarpottinum og berið fram með sítrónubátum til hliðar.

Næring (á 100 g): 87 hitaeiningar 4g Fita 6g Kolvetni 9g Prótein 574mg Natríum

fyllt kúrbít

Undirbúningstími: 10 mínútur

Eldunartími: 10 mínútur

Skammtar: 6

Erfiðleikastig: Miðlungs

Innihald:

- ½ bolli fetaostur
- 1 hvítlauksgeiri, saxaður
- 2 matskeiðar fersk basil, saxuð
- 1 msk kapers, saxað
- 1/8 tsk salt
- 1/8 tsk rauðar piparflögur
- 1 matskeið sítrónusafi
- 2 meðalstór kúrbít
- 12 tannstönglar

Leiðbeiningar:

Forhitaðu loftsteikingarvélina í 360°F. (Ef þú notar grillfestingu skaltu ganga úr skugga um að það sé inni í loftsteikingarvélinni á meðan þú forhitar.) Blandaðu saman feta, hvítlauk, basil, kapers, salti, papriku og sítrónu í lítilli skál. Ávaxtasafi.

Skerið kúrbítinn eftir endilöngu í 1/8 tommu ræmur. (Það eiga að vera um 6 ræmur af hverjum kúrbít.) Dreifið 1 matskeið af ostafyllingunni á hverja kúrbítsneið, rúllið henni síðan upp og festið í miðjuna með tannstöngli.

Settu kúrbítsrúllurnar í einu lagi í loftsteikingarkörfuna. Bakið eða grillið í Airfryer í 10 mínútur. Áður en borið er fram skaltu fjarlægja kúrbítsrúllurnar úr steikingarpottinum og fjarlægja tannstönglana varlega.

Næring (á 100 g): 46 hitaeiningar 3g Fita 6g Kolvetni 3g Prótein 710mg Natríum

Seafood Linguine

Undirbúningstími: 10 mínútur

Eldunartími: 35 mínútur

Skammtar: 2

Erfiðleikastig: Erfitt

Innihald:

- 2 söxuð hvítlauksrif
- 4 aura Linguine, heilhveiti
- 1 matskeið ólífuolía
- 14 aura tómatar, niðursoðnir og saxaðir
- 1/2 matskeið skalottlaukur, saxaður
- 1/4 bolli hvítvín
- Sjávarsalt og svartur pipar eftir smekk
- 6 kirsuberjasamlokur, hreinsaðar
- 4 aura tilapia, skorin í 1 tommu ræmur
- 4 aura þurrkuð hörpuskel
- 1/8 bolli rifinn parmesanostur
- 1/2 tsk marjoram, saxað og ferskt

Leiðbeiningar:

Látið suðuna koma upp í pottinum og eldið pastað þar til það er meyrt, sem tekur um átta mínútur. Tæmdu pastað og þvoðu það síðan.

Hitið olíuna yfir meðalhita með því að nota stóra pönnu og þegar olían er orðin heit, bætið þá hvítlauknum og skalottlauknum saman við. Eldið í eina mínútu og hrærið oft.

Bætið salti, víni, pipar og tómötum út í og hækkið hitann í meðalháan áður en suðuna er náð. Eldið í eina mínútu í viðbót.

Bætið síðan ostrunum út í, setjið lok á og eldið í tvær mínútur í viðbót.

Bætið síðan við marjoram, hörpuskel og fiski. Haltu áfram að elda þar til fiskurinn er fulleldaður og ostrurnar þínar hafa opnast, sem mun taka um fimm mínútur, og losaðu þig við allar ostrur sem hafa ekki opnast.

Rétt fyrir framreiðslu er sósunni og ostrunum hellt yfir pastað og parmesan og marjoram stráð yfir. Berið fram heitt.

Næring (á 100 g): 329 hitaeiningar 12 g fita 10 g kolvetni 33 g prótein 836 mg natríum

Rækju- og tómatbragð

Undirbúningstími: 10 mínútur

Eldunartími: 15 mínútur

Skammtar: 2

Erfiðleikastig: Erfitt

Innihald:

- 1 1/2 matskeiðar jurtaolía
- 1 hvítlauksgeiri, saxaður
- 10 rækjur, extra stórar, afhýddar og halar eftir
- 3/4 matskeið rifnir og skrældar fingur
- 1 grænn tómatur skorinn í tvennt
- 2 plómutómatar, helmingaðir
- 1 msk sítrónusafi, ferskur
- 1/2 tsk sykur
- 1/2 msk Jalapeno fræ, fersk og söxuð
- 1/2 matskeið söxuð fersk basilíka
- 1/2 msk kóríander, saxað og ferskt
- 10 teini
- Sjávarsalt og svartur pipar eftir smekk

Leiðbeiningar:

Látið grillspjót liggja í potti fullum af vatni í að minnsta kosti hálftíma.

Blandið hvítlauknum og engiferinu saman í skál, setjið helminginn yfir í stærri skál og blandið tveimur matskeiðum af olíu saman við. Bætið rækjunum út í og passið að þær séu vel húðaðar.

Lokaðu því og láttu það standa í kæli í að minnsta kosti hálftíma og láttu það síðan kólna.

Hitið grillið á háan hita og smyrjið ristin létt með olíu. Taktu skál og blandaðu plómunni og grænu tómötunum saman við afganginn af matskeiðinni af olíu, kryddaðu með salti og pipar.

Grillið tómatana með skurðhliðinni upp og hýðin eiga að vera kulnuð. Tómatakjötið ætti að vera mjúkt, þetta mun taka um fjórar til sex mínútur fyrir plómutómata og um tíu mínútur fyrir græna tómata.

Þegar tómatarnir eru orðnir nógu kaldir til að höndla, fjarlægðu hýðina og fargaðu síðan fræjunum. Saxið kvoða tómatanna smátt og bætið við engiferinu og hvítlauknum. Bætið við sykri, jalapenó, sítrónusafa og basil.

Þræðið rækjurnar á teini, kryddið með salti og pipar, grillið síðan þar til þær eru ógagnsæjar, um tvær mínútur á hlið. Settu rækjurnar á disk eins og þú vilt og njóttu.

Næring (á 100 g): 391 hitaeiningar 13g fita 11g kolvetni 34g prótein 693mg natríum

Rækjur og Pasta

Undirbúningstími: 10 mínútur
Eldunartími: 10 mínútur
Skammtar: 2
Erfiðleikastig: Miðlungs

Innihald:

- 2 bollar englahárpasta, soðið
- 1/2 pund meðalstór rækja, afhýdd
- 1 hvítlauksgeiri, saxaður
- 1 bolli saxaðir tómatar
- 1 tsk ólífuolía
- 1/6 bolli Kalamata ólífur, grófhreinsaðar og saxaðar
- 1/8 bolli þunnt sneið fersk basilíka
- 1 msk kapers, tæmd
- 1/8 bolli fetaostur, mulinn
- Black Pepper Dash

Leiðbeiningar:

Eldið pastað samkvæmt leiðbeiningum á umbúðum og hitið síðan olíuna á pönnu við meðalháan hita. Steikið hvítlaukinn í hálfa mínútu og bætið rækjunum út í. Steikið í eina mínútu í viðbót.

Bætið basilíkunni og tómötunum út í, lækkið hitann og látið malla í þrjár mínútur. Tómatarnir þínir ættu að vera mjúkir.

Bætið ólífum og kapers út í. Bætið við smá svörtum pipar og berið fram með því að blanda saman rækju- og núðlublöndunni. Stráið osti yfir áður en það er borið fram heitt.

Næring (á 100 g): 357 hitaeiningar 11g fita 9g kolvetni 30g prótein 871mg natríum

soðinn þorskur

Undirbúningstími: 10 mínútur

Eldunartími: 25 mínútur

Skammtar: 2

Erfiðleikastig: Miðlungs

Innihald:

- 2 þorskflök, 6 aura
- Sjávarsalt og svartur pipar eftir smekk
- 1/4 bolli þurrt hvítvín
- 1/4 bolli sjávarréttasoð
- 2 söxuð hvítlauksrif
- 1 lárviðarlauf
- 1/2 tsk söxuð fersk salvía
- 2 greinar af rósmarín til skrauts

Leiðbeiningar:

Byrjaðu á því að kveikja á ofninum á 375 og kryddaðu síðan flökin með salti og pipar. Setjið þær í steikarpönnu og bætið seyði, hvítlauk, víni, salvíu og lárviðarlaufi saman við. Lokið vel og eldið í tuttugu mínútur. Fiskurinn þinn ætti að vera flagnandi þegar hann er prófaður með gaffli.

Notaðu spaða til að fjarlægja hvert flak, settu vökvann yfir háan hita og eldaðu þar til hann minnkar um helming. Þetta tekur tíu mínútur og þú þarft að hræra oft. Hann er borinn fram tæmdur og skreyttur með rósmarínkvisti.

Næring (á 100 g): 361 hitaeiningar 10g fita 9g kolvetni 34g prótein 783mg natríum

Kræklingur í hvítvíni

Undirbúningstími: 5 mínútur
Eldunartími: 10 mínútur
Skammtar: 2
Erfiðleikastig: Erfitt

Innihald:

- £2. Lifandi kræklingur, ferskur
- 1 glas af þurru hvítvíni
- 1/4 tsk sjávarsalt, fínt
- 3 söxuð hvítlauksrif
- 2 tsk saxaður skalottur
- 1/4 bolli steinselja, fersk og söxuð, skipt
- 2 matskeiðar af ólífuolíu
- 1/4 sítróna, kreist

Leiðbeiningar:

Taktu sigti og nuddaðu kræklinginn og skolaðu hann undir köldu vatni. Fargið kræklingnum sem lokast ekki þegar slegið er á hann, notaðu síðan hníf til að fjarlægja skeggið af hverjum og einum.

Fjarlægðu pönnuna, settu yfir meðalháan hita og bættu hvítlauk, graslauk, víni og steinselju saman við. Látið suðuna koma upp. Bætið kræklingnum við vægan hita og lokaðu lokinu. Leyfðu þeim að elda í fimm til sjö mínútur. Passið að þær eldist ekki of mikið.

Notaðu göt til að ausa þeim út og bætið sítrónusafanum og ólífuolíu út á pönnuna. Blandið vel saman og hellið soðinu yfir kræklinginn áður en hann er borinn fram með steinselju.

Næring (á 100 g): 345 hitaeiningar 9 g fita 18 g kolvetni 37 g prótein 693 mg natríum

tungu lax

Undirbúningstími: 10 mínútur

Eldunartími: 15 mínútur

Skammtar: 2

Erfiðleikastig: Miðlungs

Innihald:

- 2 laxaflök, 6 aura hvert
- 1 matskeið ólífuolía
- 1/2 mandarína, kreist
- 2 tsk appelsínubörkur
- 2 matskeiðar ferskt og saxað dill
- Sjávarsalt og svartur pipar eftir smekk

Leiðbeiningar:

Forhitaðu ofninn í 375 gráður, fjarlægðu síðan tvær tíu tommu álpappírsplötur. Nuddið báðar hliðar flakanna með ólífuolíu áður en kryddið er með salti og pipar og setjið hvert flak á álpappír.

Dreypið appelsínusafa yfir hverja og bætið síðan appelsínuberki og dilli út í. Lokaðu pakkanum, vertu viss um að það sé tommu loftrými inni í álpappírnum svo fiskurinn geti gufað og settu hann síðan á bökunarplötu.

Bakið í fimmtán mínútur áður en pakkningin er tekin upp og sett á tvo diska. Hellið sósu yfir hvern áður en hún er borin fram.

Næring (á 100 g):366 hitaeiningar 14g fita 9g kolvetni 36g prótein 689mg natríum

ljós lax

Undirbúningstími: 8 mínútur

Eldunartími: 8 mínútur

Skammtar: 2

Erfiðleikastig: Auðvelt

Innihald:

- lax, 6 oz flök
- Sítróna, 2 sneiðar
- Kapers, 1 matskeið
- sjávarsalt og svartur pipar, 1/8 tsk
- Extra virgin ólífuolía, 1 matskeið

Leiðbeiningar:

Eldið hreina pönnu við meðalhita í 3 mínútur. Setjið ólífuolíuna á disk og hyljið laxinn alveg. Eldið laxinn á pönnu við háan hita.

Hyljið laxinn með hinu hráefninu og eldið, snúið, á báðum hliðum. Fylgstu með þegar báðar hliðar verða brúnar. Það getur tekið 3-5 mínútur á hvorri hlið. Athugaðu hvort laxinn sé eldaður með því að prófa hann með gaffli.

Berið fram með sítrónusneiðum.

Næring (á 100 g): 371 hitaeiningar 25,1g Fita 0,9g Kolvetni 33,7g Prótein 782mg Natríum

Lag af Dóná

Undirbúningstími: 20 mínútur

Eldunartími: 20 mínútur

Skammtar: 2

Erfiðleikastig: Auðvelt

Innihald:

- túnfiskur, 12 aura
- Grænn laukur, 1 til skrauts
- Pipar, ¼, saxaður
- Edik, 1 klípa
- Pipar og salt eftir smekk
- Avókadó, 1, helmingað og fræ fjarlægð
- Grísk jógúrt, 2 matskeiðar

Leiðbeiningar:

Blandið túnfiski saman við ediki, lauk, jógúrt, avókadó og pipar í skál.

Bætið við kryddi, hrærið og berið fram með skreytingu á grænlauk.

Næring (á 100 g): 294 hitaeiningar 19g Fita 10g Kolvetni 12g Prótein 836mg Natríum

sjávarostur

Undirbúningstími: 12 mínútur
Eldunartími: 25 mínútur
Skammtar: 2
Erfiðleikastig: Auðvelt

Innihald:

- lax, 6 oz flök
- þurrkuð basil, 1 matskeið
- Ostur, 2 matskeiðar, rifinn
- Tómatar, 1, sneiddir
- Extra virgin ólífuolía, 1 matskeið

Leiðbeiningar:

Útbúið ofn við 375 F. Settu álpappír á bökunarplötu og sprautaðu því með mataroliu. Færið laxinn varlega yfir á bökunarplötuna og hyljið með hinu hráefninu.

Brúnið laxinn í um 20 mínútur. Látið það kólna í fimm mínútur og setjið á disk. Þú munt sjá toppinn í miðjum laxinum.

Næring (á 100 g): 411 hitaeiningar 26,6g Fita 1,6g Kolvetni 8g Prótein 822mg Natríum

Holl steik

Undirbúningstími: 10 mínútur

Eldunartími: 20 mínútur

Skammtar: 2

Erfiðleikastig: Auðvelt

Innihald:

- Ólífuolía, 1 tsk
- Lúðusteik, 8 aura
- Hvítlaukur, ½ teskeið, saxaður
- Smjör, 1 matskeið
- Pipar og salt eftir smekk

Leiðbeiningar:

Hitið pönnu og bætið olíu við. Steikið steikurnar á pönnu við meðalhita, bræðið smjörið ásamt hvítlauknum, salti og pipar. Bætið steikunum út í, blandið vel saman og berið fram.

Næring (á 100 g): 284 hitaeiningar 17g Fita 0,2g Kolvetni 8g Prótein 755mg Natríum

Herbed Lax

Undirbúningstími: 8 mínútur

Eldunartími: 18 mínútur

Skammtar: 2

Erfiðleikastig: Auðvelt

Innihald:

- Lax, 2 roðlaus flök
- gróft salt eftir smekk
- Extra virgin ólífuolía, 1 matskeið
- sítróna, 1, sneið
- Ferskt rósmarín, 4 greinar

Leiðbeiningar:

Forhitið ofninn í 400F. Setjið álpappír á bökunarplötu og leggið laxinn ofan á. Hyljið laxinn með hinu hráefninu og setjið í ofninn í 20 mínútur. Berið fram strax með sítrónubátum.

Næring (á 100 g): 257 hitaeiningar 18g Fita 2,7g Kolvetni 7g Prótein 836mg Natríum

reyktur túnfiskur

Undirbúningstími: 35 mínútur

Eldunartími: 10 mínútur

Skammtar: 2

Erfiðleikastig: Auðvelt

Innihald:

- Túnfiskur, 4-eyri steik
- Appelsínusafi, 1 matskeið
- Saxaður hvítlaukur, ½ geiri
- sítrónusafi, ½ teskeið
- Fersk steinselja, 1 matskeið, söxuð
- Sojasósa, 1 matskeið
- Extra virgin ólífuolía, 1 matskeið
- Malaður svartur pipar, ¼ teskeið
- Tímían, ¼ teskeið

Leiðbeiningar:

Veldu hrærivélarskál og bættu við öllu hráefninu nema túnfiski. Eftir að hafa blandað vel saman skaltu bæta túnfiskinum við marineringuna. Látið þessa blöndu standa í kæliskáp í hálftíma. Hitið pönnuna og steikið túnfiskinn í 5 mínútur á hvorri hlið. Berið fram þegar það er soðið.

Næring (á 100 g): 200 hitaeiningar 7,9g Fita 0,3g Kolvetni 10g Prótein 734mg Natríum

hörð lúða

Undirbúningstími: 20 mínútur

Eldunartími: 15 mínútur

Skammtar: 2

Erfiðleikastig: Auðvelt

Innihald:

- steinselju upp
- Ferskt dill, 2 matskeiðar, saxað
- ferskur graslaukur, 2 matskeiðar, saxaður
- Ólífuolía, 1 matskeið
- Pipar og salt eftir smekk
- lúða, flök, 6 aura
- Sítrónubörkur, ½ teskeið, fínt rifinn
- Grísk jógúrt, 2 matskeiðar

Leiðbeiningar:

Forhitið ofninn í 400F. Klæðið bökunarplötu með álpappír. Bætið öllu hráefninu á stóran disk og látið flökin marinerast. Þvoið og þurrkið flökin; Setjið það svo í ofninn og bakið í 15 mínútur.

Næring (á 100 g): 273 hitaeiningar 7,2g Fita 0,4g Kolvetni 9g Prótein 783mg Natríum

Túnfiskur

Undirbúningstími: 15 mínútur

Eldunartími: 10 mínútur

Skammtar: 2

Erfiðleikastig: Auðvelt

Innihald:

- Egg, ½
- Laukur, 1 matskeið, smátt saxaður
- sellerí upp
- Pipar og salt eftir smekk
- Hvítlaukur, 1 geiri, saxaður
- niðursoðinn túnfiskur, 7 aura
- Grísk jógúrt, 2 matskeiðar

Leiðbeiningar:

Tæmdu túnfiskinn og bætið eggi, jógúrt, hvítlauk, salti og pipar út í.

Blandið þessari blöndu saman við lauk í skál og mótið hana í kjötbollur. Takið stóra pönnu og steikið hamborgarana í 3 mínútur á hvorri hlið. Sigtið og berið fram.

Næring (á 100 g): 230 hitaeiningar 13g Fita 0,8g Kolvetni 10g Prótein 866mg Natríum

Heitar og ferskar fisksteikur

Undirbúningstími: 14 mínútur

Eldunartími: 14 mínútur

Skammtar: 2

Erfiðleikastig: Auðvelt

Innihald:

- Hvítlaukur, 1 geiri, saxaður
- sítrónusafi, 1 matskeið
- Púðursykur, 1 matskeið
- Lúðusteik, 1 pund
- Pipar og salt eftir smekk
- Sojasósa, ¼ teskeið
- Smjör, 1 tsk
- Grísk jógúrt, 2 matskeiðar

Leiðbeiningar:

Forhitið grillið yfir meðalhita. Blandið saman smjöri, sykri, jógúrt, sítrónusafa, sojasósu og kryddi í skál. Hitið blönduna á pönnu. Notaðu þessa blöndu til að pensla steikur sem eru eldaðar á grillinu. Berið fram heitt.

Næring (á 100 g): 412 hitaeiningar 19,4g Fita 7,6g Kolvetni 11g Prótein 788mg Natríum

Kræklingur O'Marine

Undirbúningstími: 20 mínútur

Eldunartími: 10 mínútur

Skammtar: 2

Erfiðleikastig: Auðvelt

Innihald:

- Kræklingur, þveginn og órakaður, 1 pund
- kókosmjólk, ½ bolli
- Heitur pipar, 1 tsk
- Ferskur sítrónusafi, 1 matskeið
- Hvítlaukur, 1 tsk, saxaður
- Nýsaxað kóríander til áleggs
- Púðursykur, 1 tsk

Leiðbeiningar:

Blandið öllu hráefni nema kræklingi saman á pönnu. Hitið blönduna og látið suðuna koma upp. Bætið kræklingnum út í og eldið í 10 mínútur. Berið fram á disk með rjúpnavökvanum.

Næring (á 100 g): 483 hitaeiningar 24,4g Fita 21,6g Kolvetni 1,2g Prótein 499mg Natríum

Slow Cooker Miðjarðarhafs nautasteik

Undirbúningstími: 10 mínútur

Eldunartími: 10 klukkustundir 10 mínútur

Skammtar: 6

Erfiðleikastig: Miðlungs

Innihald:

- 3 pund Chuck Roast, beinlaus
- 2 tsk rósmarín
- ½ bolli sólþurrkaðir tómatar, saxaðir
- 10 rifinn hvítlaukur
- ½ bolli seyði
- 2 matskeiðar balsamik edik
- ¼ bolli söxuð ítölsk steinselja, fersk
- ¼ bolli saxaðar ólífur
- 1 tsk sítrónubörkur
- ¼ bolli ostamauk

Leiðbeiningar:

Setjið hvítlauk, sólþurrkaða tómata og nautasteik í hæga eldavélina. Bætið við nautasoði og rósmaríni. Lokið pönnunni og eldið rólega í 10 klukkustundir.

Eftir matreiðslu skaltu fjarlægja kjötið og tæta það í sundur. Fleygðu fitunni. Bætið malað kjötinu aftur í hæga eldavélina og eldið í 10 mínútur. Blandið saman sítrónuberki, steinselju og ólífum í lítilli skál. Kældu blönduna þar til hún er tilbúin til framreiðslu. Skreytið með kældu blöndunni.

Berið fram yfir pasta eða eggjanúðlum. Hyljið með rifnum osti.

Næring (á 100 g): 314 hitaeiningar 19g fita 1g kolvetni 32g prótein 778mg natríum

Hægelduð Miðjarðarhafssteik með ætiþistlum

Uppsetningartími: 3 klukkustundir 20 mínútur
Eldunartími: 7 klukkustundir 8 mínútur
Skammtar: 6
Erfiðleikastig: Auðvelt

Innihald:

- 2 kíló af kjöti fyrir plokkfisk
- 14 aura þistilhjörtu
- 1 matskeið vínberjafræolía
- 1 saxaður laukur
- 32 aura nautakjötssoð
- 4 hvítlauksrif, rifin
- 14 ½ aura niðursoðnir tómatar, saxaðir
- 15 aura tómatsósa
- 1 tsk þurrkað timjan
- ½ bolli rifnar, saxaðar ólífur
- 1 tsk þurrkuð steinselja
- 1 tsk þurrkað timjan
- ½ tsk malað kúmen
- 1 tsk þurrkuð basil
- 1 lárviðarlauf
- ½ tsk salt

Leiðbeiningar:

Hellið smá olíu í stóra nonstick pönnu og setjið yfir meðalháan hita. Steikið kjötið þar til það er gullbrúnt á báðum hliðum. Færðu kjötið yfir í hæga eldavélina.

Bætið við soði, söxuðum tómötum, tómatsósu, salti og blandið saman. Hellið soðinu, söxuðum tómötum, timjani, ólífum, basil, steinselju, lárviðarlaufi og kúmeni út í. Hrærið blönduna vandlega.

Lokið og eldið við vægan hita í 7 klukkustundir. Fargið lárviðarlaufinu þegar það er borið fram. Berið fram heitt.

Næring (á 100 g): 416 hitaeiningar 5g Fita 14,1g Kolvetni 29,9g Prótein 811mg Natríum

Hægt að elda í miðjarðarhafsstíl án olíu

Undirbúningstími: 30 mínútur
Eldunartími: 8 klst
Skammtar: 10
Erfiðleikastig: Erfitt

Innihald:

- 4 kíló kringlótt ristuð augu
- 4 hvítlauksrif
- 2 teskeiðar af ólífuolíu
- 1 tsk nýmalaður svartur pipar
- 1 bolli saxaður laukur
- 4 gulrætur, saxaðar
- 2 tsk þurrkað rósmarín
- 2 saxaðir sellerístilkar
- 28 aura niðursoðnir niðursoðnir tómatar
- 1 bolli lágt natríum seyði
- 1 glas af rauðvíni
- 2 skeiðar af salti

Leiðbeiningar:

Kryddið roastbeefið með salti, hvítlauk og pipar og setjið til hliðar. Hellið olíu í nonstick pönnu og setjið yfir meðalháan hita. Bætið kjötinu út í og steikið þar til það er gullbrúnt á öllum hliðum. Flyttu nú roastbeefið yfir í 6-litra hæga eldavélina. Bætið gulrótum, lauk, rósmaríni og sellerí á pönnuna. Haltu áfram að elda þar til laukurinn og grænmetið mýkjast.

Bætið tómötum og víni við þessa grænmetisblöndu. Bætið nautasoðinu og tómatblöndunni í hæga eldavélina ásamt grænmetisblöndunni. Lokið og eldið við vægan hita í 8 klukkustundir.

Þegar kjötið er soðið skaltu taka það úr hæga eldunarvélinni, setja það á skurðbretti og pakka því inn í álpappír. Til að þykkja sósuna skaltu setja hana í pott og sjóða við lágan hita þar til hún nær æskilegri þéttleika. Fleygðu fitu áður en hún er borin fram.

Næring (á 100 g): 260 hitaeiningar 6g Fita 8,7g Kolvetni 37,6g Prótein 588mg Natríum

hægt eldaðar kjötbollur

Undirbúningstími: 10 mínútur
Eldunartími: 6 klukkustundir 10 mínútur
Skammtar: 8
Erfiðleikastig: Miðlungs

Innihald:

- 2 pund malaður bison
- 1 rifinn kúrbít
- 2 stór egg
- Matreiðsluúða með ólífuolíu eftir þörfum
- 1 kúrbít, rifinn
- ½ bolli steinselja, fersk, smátt söxuð
- ½ bolli rifinn parmesanostur
- 3 matskeiðar balsamik edik
- 4 hvítlauksrif, rifin
- 2 matskeiðar saxaður laukur
- 1 matskeið þurrkað timjan
- ½ tsk malaður svartur pipar
- ½ tsk Kosher salt
- Upp á þak:
- ¼ bolli rifinn mozzarellaostur
- ¼ bolli sykurlaus tómatsósa
- ¼ bolli saxuð fersk steinselja

Leiðbeiningar:

Klæddu álpappír að innan við sex-litra hæga eldavél. Sprayið með nonstick mataról íu.

Í stórri skál skaltu sameina mulið bison eða aukalega magurt malað sirloin, kúrbít, egg, steinselju, balsamik edik, hvítlauk, þurrkað oregano, sjávar- eða kosher salt, saxaðan lauk og malaðan svartan pipar.

Setjið þessa blöndu í hæga eldavélina og mótið ferhyrnt brauð. Lokið pönnunni, setjið yfir lágan hita og eldið í 6 klukkustundir. Eftir eldun, opnaðu pönnuna og dreifðu tómatsósunni yfir allar kjötbollurnar.

Setjið nú ostinn í nýtt lag yfir tómatsósuna og slökkvið á hæga eldavélinni. Látið bökuna hvíla í þessum tveimur lögum í um 10 mínútur eða þar til osturinn byrjar að bráðna. Skreytið með ferskri steinselju og rifnum mozzarellaosti.

Næring (á 100 g): 320 hitaeiningar 2g Fita 4g Kolvetni 26g Prótein 681mg Natríum

Slow Cooker Mediterranean Beef Hoagis

Undirbúningstími: 10 mínútur

Eldunartími: 13 klst

Skammtar: 6

Erfiðleikastig: Miðlungs

Innihald:

- 3 pund halla kringlótt nautasteik
- ½ tsk laukduft
- ½ tsk svartur pipar
- 3 bollar natríumsnautt seyði
- 4 tsk salatsósu blanda
- 1 lárviðarlauf
- 1 matskeið hvítlaukur, saxaður
- 2 rauðar paprikur, skornar í þunnar strimla
- 16 aura Pepperoncino
- 8 sneiðar Sergeant Provolone, þunnar
- 2 aura glútenlaust brauð
- ½ tsk salt
- <u>Til árstíðar:</u>
- 1 ½ msk laukduft
- 1 ½ msk hvítlauksduft
- 2 matskeiðar þurrkuð steinselja
- 1 skeið af stevíu
- ½ tsk þurrkað timjan

- 1 matskeið þurrkað timjan
- 2 skeiðar af svörtum pipar
- 1 skeið af salti
- 6 ostsneiðar

Leiðbeiningar:

Þurrkaðu bökunarplötuna með pappírsþurrkum. Blandið svörtum pipar, laukdufti og salti saman í litla skál og dreifið blöndunni yfir steikina. Settu kryddaða steikina í hægan eldavél.

Bætið seyði, vinaigretteblöndu, lárviðarlaufum og hvítlauk í hæga eldavélina. Blandið varlega saman. Lokið og setjið á lágan hita í 12 klst. Eftir matreiðslu skaltu fjarlægja lárviðarlaufið.

Fjarlægðu soðna kjötið og rífðu nautakjötið. Skilið hakkinu aftur og bætið paprikunni við e. Bætið papriku og pepperoncino í hægan eldavél. Lokið pottinum og eldið við vægan hita í 1 klst. Bætið 3 aura af kjötblöndu við hverja bollu áður en hún er borin fram. Hyljið með ostasneið. Hægt er að nota fljótandi sósu sem sósu.

Næring (á 100 g): 442 hitaeiningar 11,5g Fita 37g Kolvetni 49g Prótein 735mg Natríum

Miðjarðarhafs svínasteikt

Undirbúningstími: 10 mínútur

Eldunartími: 8 klukkustundir 10 mínútur
Skammtar: 6
Erfiðleikastig: Miðlungs

Innihald:

- 2 skeiðar af ólífuolíu
- 2 kíló steikt svínakjöt
- ½ tsk rauð paprika
- ¾ bolli kjúklingasoð
- 2 tsk þurrkuð salvía
- ½ matskeið saxaður hvítlaukur
- ¼ tsk þurrkuð marjoram
- ¼ tsk þurrkað rósmarín
- 1 tsk af timjan
- ¼ tsk þurrkað timjan
- 1 tsk basil
- ¼ tsk Kosher salt

Leiðbeiningar:

Blandið saman soði, olíu, salti og kryddi í lítilli skál. Hellið ólífuolíu á pönnu og hitið við meðalháan hita. Bætið svínakjötinu út í og eldið þar til það er gullbrúnt á öllum hliðum.

Þegar svínakjötið er soðið skaltu fjarlægja það og saxa steikina með hníf. Settu malaða svínasteikina í 6 lítra eldfast mót. Hellið nú blöndunarvökvanum úr litlu skálinni yfir alla bökunarplötuna.

Lokið pottinum og eldið við vægan hita í 8 klst. Eftir matreiðslu skaltu fjarlægja það úr pottinum á skurðbretti og skera það í bita. Bætið svo svínakjöti aftur í hæga eldavélina. Eldið í 10 mínútur í viðbót. Berið fram með fetaosti, pítubrauði og tómötum.

Næring (á 100 g): 361 hitaeiningar 10,4g Fita 0,7g Kolvetni 43,8g Prótein 980mg Natríum

kjöt pizza

Undirbúningstími: 20 mínútur
Eldunartími: 50 mínútur
Skammtar: 10
Erfiðleikastig: Erfitt

Innihald:

- <u>Fyrir skelina:</u>
- 3 bollar hveiti
- 1 skeið af sykri
- 2¼ teskeiðar virkt þurrger
- 1 teskeið af salti
- 2 skeiðar af ólífuolíu
- 1 glas af volgu vatni
- <u>Fyrir umfang:</u>
- 1 kíló af hakki
- 1 meðalstór laukur, saxaður
- 2 matskeiðar tómatmauk
- 1 matskeið malað kúmen
- Saltið og piprið eftir þörfum
- ¼ glas af vatni
- 1 bolli ferskt spínat, saxað
- 8 aura þistilhjörtu, skorin í fjórða
- 4 aura ferskir sveppir, sneiddir

- 2 tómatar, saxaðir
- 4 aura fetaostur, mulinn

Leiðbeiningar:

Fyrir skelina:

Blandið saman hveiti, sykri, geri og salti með handþeytara með deigkróknum. Bætið 2 matskeiðum af olíu og volgu vatni út í og hnoðið þar til slétt, teygjanlegt deig myndast.

Búið til kúlu af deigi og látið standa í um það bil 15 mínútur.

Setjið deigið á létt hveitistráð yfirborð og rúllið í hring. Setjið deigið á létt smurt hringlaga pizzupönnu og þrýstið varlega þannig að það passi. Bókaðu um 10-15 mínútur. Húðaðu skorpuna með smá olíu. Forhitaðu ofninn í 400 gráður F.

Fyrir umfang:

Steikið kjötið á non-stick pönnu við meðalháan hita í um 4-5 mínútur. Hrærið lauknum saman við og eldið, hrærið stöðugt í, í um það bil 5 mínútur. Bætið við tómatmauki, kúmeni, salti, svörtum pipar og vatni og blandið saman.

Stilltu hitann í miðlungs og eldaðu í um 5-10 mínútur. Takið af hitanum og setjið til hliðar. Hellið kjötblöndunni yfir pizzadeigið og bætið spínatinu út í, síðan ætiþistlinum, sveppum, tómötum og fetaosti.

Bakið þar til osturinn bráðnar. Takið úr ofninum og látið standa í um 3-5 mínútur áður en það er skorið í sneiðar. Skerið í sneiðar af æskilegri stærð og berið fram.

Næring (á 100 g): 309 hitaeiningar 8,7g Fita 3,7g Kolvetni 3,3g Prótein 732mg Natríum

Nautakjöt og bulgur kjötbollur

Undirbúningstími: 20 mínútur

Eldunartími: 28 mínútur

Skammtar: 6

Erfiðleikastig: Miðlungs

Innihald:

- ¾ bolli hrár bulgur
- 1 kíló af hakki
- ¼ bolli skalottlaukur, saxaður
- ¼ bolli fersk steinselja, söxuð
- ½ tsk kryddjurt
- ½ tsk malað kúmen
- ½ tsk kanillduft
- ¼ tsk rauðar piparflögur, muldar
- Saltið eftir þörfum
- 1 skeið af ólífuolíu

Leiðbeiningar:

Leggið bulgur í bleyti í stórri skál af köldu vatni í um það bil 30 mínútur. Eftir að bulgurið hefur verið tæmt vandlega, kreistið það með hendinni til að fjarlægja umfram vatn. Í matvinnsluvél, bætið bulgur, nautakjöti, skalottlaukur, steinselju, kryddi, salti og pulsu saman við þar til slétt blanda hefur myndast.

Setjið blönduna í skál og kælið, lokuð, í um 30 mínútur. Takið úr kæli og mótið kúlur í sömu stærð og kjötblandan. Hitið olíuna á stórri pönnu við meðalháan hita og eldið kjötbollurnar í 2 lotum í um 13-14 mínútur, snúið þeim oft. Berið fram heitt.

Næring (á 100 g): 228 hitaeiningar 7,4g Fita 0,1g Kolvetni 3,5g Prótein 766mg Natríum

Ljúffengt nautakjöt og spergilkál

Undirbúningstími: 10 mínútur

Eldunartími: 15 mínútur

Skammtar: 4

Erfiðleikastig: Auðvelt

Innihald:

- 1 og ½ pund. flanksteik
- 1 matskeið. olía
- 1 matskeið. tamari sósu
- 1 bolli af seyði
- 1 pund spergilkál, blómstrar fjarlægðir

Leiðbeiningar:

Blandið steikarstrimlum saman við ólífuolíu og tamari, hrærið og látið standa í 10 mínútur. Stilltu Instant pottinn þinn á sauté-stillingu, settu nautalundirnar í og steiktu í 4 mínútur á hvorri hlið. Bætið soðinu út í, setjið lok á pönnuna aftur og eldið við háan hita í 8 mínútur. Bætið spergilkálinu út í, setjið lok á og eldið við háan hita í 4 mínútur í viðbót. Skiptið öllu á milli diska og berið fram. Verið velkomin með þakklæti!

Næring (á 100 g): 312 hitaeiningar 5g Fita 20g Kolvetni 4g Prótein 694mg Natríum

maís pipar

Undirbúningstími: 8-10 mínútur

Eldunartími: 30 mínútur

Skammtar: 8

Erfiðleikastig: Miðlungs

Innihald:

- 2 litlir laukar saxaðir (fínt)
- ¼ bolli niðursoðinn maís
- 1 skeið af olíu
- 10 aura magurt nautahakk
- 2 litlar paprikur, saxaðar

Leiðbeiningar:

Kveiktu á Instant Pot. Smelltu á „SAUTE". Hellið olíunni út í, hrærið síðan lauknum, piparnum og kjötinu saman við; eldið þar til það er hálfgagnsært og mjúkt. Hellið 3 bollum af vatni í pönnuna; Blandið vel saman.

Lokaðu lokinu. Veldu „MEAT/GUSTO". Stilltu teljarann á 20 mínútur. Látið það elda þar til tímamælirinn nær núlli.

Smelltu á „CANCEL" og síðan „NPR" til að fá náttúrulegan losunarþrýsting í um það bil 8-10 mínútur. Opnaðu matinn og settu hann á diska. Erfitt.

Næring (á 100 g): 94 hitaeiningar 5g Fita 2g Kolvetni 7g Prótein 477mg Natríum

Balsamic kjötréttur

Undirbúningstími: 5 mínútur
Eldunartími: 55 mínútur
Skammtar: 8
Erfiðleikastig: Miðlungs

Innihald:

- 3 kíló af nautakjöti
- 3 hvítlauksgeirar, þunnar sneiðar
- 1 skeið af olíu
- 1 tsk bragðbætt edik
- ½ tsk pipar
- ½ tsk rósmarín
- 1 skeið af smjöri
- ½ tsk timjan
- ¼ bolli balsamik edik
- 1 bolli af seyði

Leiðbeiningar:

Skerið rifa á pönnuna og setjið hvítlaukssneiðar út um allt. Blandið bragðbætt ediki, rósmarín, pipar og timjan saman og dreifið blöndunni yfir steikina. Setjið pönnuna á sautunarstillingu og hrærið olíunni út í, bíðið eftir að olían hitnar. Steikið steikina á báðum hliðum.

Lyfta og bóka. Bætið smjöri, seyði, balsamikediki út í og fitjið pönnuna. Settu aftur á steikarpönnu og loku, eldaðu síðan við HÁþrýsting í 40 mínútur.

Framkvæmdu hraðsleppingu. Erfitt!

Næring (á 100 g): 393 hitaeiningar 15g Fita 25g Kolvetni 37g Prótein 870mg Natríum

Roast Beef með sojasósu

Undirbúningstími: 8 mínútur

Eldunartími: 35 mínútur

Skammtar: 2-3

Erfiðleikastig: Miðlungs

Innihald:

- ½ tsk seyði
- 1 ½ tsk rósmarín
- ½ tsk saxaður hvítlaukur
- 2 kíló af nautakjöti
- 1/3 bolli sojasósa

Leiðbeiningar:

Blandið sojasósu, seyði, rósmaríni og hvítlauk saman í skál.

Kveiktu á Instant pottinum þínum. Setjið steikt og hellið í nóg vatn til að hylja steikina; Hrærið varlega til að blanda vel saman. Lokaðu því vel.

Smelltu á „KJÖT/KASSERÓLA" eldunaraðgerðina; Stilltu þrýstingsstigið á „HIGH" og stilltu eldunartímann á 35 mínútur. Leyfðu þrýstingi að byggjast upp til að elda hráefni. Þegar þú ert búinn, smelltu á „CANCEL" stillinguna og smelltu síðan á „NPR" Cooking aðgerðina til að losa þrýstinginn náttúrulega.

Opnaðu lokið varlega og rífðu kjötið í sundur. Hrærið nautahakkinu aftur í pottablönduna og blandið vel saman. Flyttu yfir í afgreiðsluílát. Berið fram heitt.

Næring (á 100 g): 423 hitaeiningar 14g Fita 12g Kolvetni 21g Prótein 884mg Natríum

steikt kjöt með rósmaríni

Undirbúningstími: 5 mínútur

Eldunartími: 45 mínútur

Skammtar: 5-6

Erfiðleikastig: Miðlungs

Innihald:

- 3 kíló af nautakjöti
- 3 hvítlauksrif
- ¼ bolli balsamik edik
- 1 grein af fersku rósmaríni
- 1 grein af fersku timjan
- 1 glas af vatni
- 1 skeið af jurtaolíu
- Pipar og salt eftir smekk

Leiðbeiningar:

Saxið sneiðarnar í steikta kjötið og setjið hvítlauksgeirana inn í. Nuddið steikina með kryddjurtum, pipar og salti. Forhitaðu Instant Pot með sauté stillingunni og helltu olíunni út í. Þegar það hefur verið hitað, hrærið nautasteikinu saman við og eldið þar til það er brúnt á öllum hliðum. Bætið restinni við hráefninu; blandið varlega saman.

Lokið vel og eldið við háan hita í 40 mínútur með því að nota handvirka stillingu. Látið þrýstinginn losa náttúrulega í um það bil 10 mínútur. Setjið steikta kjötið á diska, skerið í sneiðar og berið fram.

Næring (á 100 g): 542 hitaeiningar 11,2g Fita 8,7g Kolvetni 55,2g Prótein 710mg Natríum

Svínakótilettur og tómatsósa

Undirbúningstími: 10 mínútur

Eldunartími: 20 mínútur

Skammtar: 4

Erfiðleikastig: Auðvelt

Innihald:

- 4 svínakótilettur, beinlausar
- 1 matskeið sojasósa
- ¼ tsk sesamolía
- 1 og ½ bolli tómatmauk
- 1 gulur laukur
- 8 sveppir, skornir í sneiðar

Leiðbeiningar:

Blandið svínakótilettum saman við sojasósu og sesamolíu í skál, hrærið og látið standa í 10 mínútur. Snúðu Instant Pot þínum í sauté stillingu, bættu svínakótilettunum við og steiktu í 5 mínútur á hvorri hlið. Bætið lauknum út í og eldið í 1-2 mínútur í viðbót. Bætið tómatmauki og sveppum saman við, blandið saman, lokaðu lokinu og eldið við háan hita í 8-9 mínútur. Skiptið öllu á diska og berið fram. Verið velkomin með þakklæti!

Næring (á 100 g): 300 hitaeiningar 7g Fita 18g Kolvetni 4g Prótein 801mg Natríum

Kjúklingur með kapersósu

Undirbúningstími: 10 mínútur

Eldunartími: 18 mínútur

Skammtar: 5

Erfiðleikastig: Erfitt

Innihald:

- <u>Fyrir kjúkling:</u>
- 2 egg
- Saltið og piprið eftir þörfum
- 1 bolli þurrt brauðrasp
- 2 skeiðar af ólífuolíu
- 1½ pund roðlausar, beinlausar kjúklingabringur helmingar, slegnar í ¾ tommu þykkar og skornar í bita
- <u>Fyrir kapersósu:</u>
- 3 matskeiðar af kapers
- ½ glas af þurru hvítvíni
- 3 matskeiðar af ferskum sítrónusafa
- Saltið og piprið eftir þörfum
- 2 matskeiðar fersk steinselja, söxuð

Leiðbeiningar:

Fyrir kjúklinginn: Bætið eggjum, salti og pipar á grunnan disk og þeytið þar til það hefur blandast vel saman. Setjið brauðrasp á annan grunnan disk. Dýfið kjúklingabitunum í eggjablönduna og hjúpið jafnt með brauðraspunum. Hristið af umfram brauðmylsnu.

Eldið olíuna við meðalhita og eldið kjúklingabitana í um það bil 5-7 mínútur á hvorri hlið, eða þar til þeir eru orðnir tilbúnir. Setjið kjúklingabitana á disk sem er klæddur með pappírshandklæði með sleif. Hyljið kjúklingabitana með álpappír til að halda hita.

Bætið öllu hráefninu fyrir sósuna nema steinselju á sömu pönnu og eldið í 2-3 mínútur, hrærið stöðugt í. Hrærið steinseljunni út í og takið hana af hellunni. Berið kjúklingabitana fram skreytta með kapersósu.

Næring (á 100 g): 352 hitaeiningar 13,5g Fita 1,9g Kolvetni 1,2g Prótein 741mg Natríum

Kalkúnaborgari með mangósósu

Undirbúningstími: 15 mínútur

Eldunartími: 10 mínútur

Skammtar: 6

Erfiðleikastig: Auðvelt

Innihald:

- 1½ kg malað kalkúnabringa
- 1 tsk sjávarsalt, skipt
- ¼ tsk nýmalaður svartur pipar
- 2 matskeiðar af extra virgin ólífuolíu
- 2 mangó, afhýdd, fræhreinsuð og saxuð
- ½ rauðlaukur, smátt saxaður
- safi úr 1 sítrónu
- 1 hvítlauksgeiri, saxaður
- ½ jalapenó pipar, fræhreinsaður og smátt saxaður
- 2 matskeiðar söxuð fersk kóríanderlauf

Leiðbeiningar:

Mótaðu kalkúnabringurnar í 4 kökur og kryddaðu með ½ tsk sjávarsalti og svörtum pipar. Steikið olíuna á pönnu þar til hún er gullinbrún. Bætið kalkúnakjötbollunum út í og eldið þar til þær eru gullinbrúnar á hvorri hlið, um það bil 5 mínútur. Á meðan kjötbollurnar eru að eldast skaltu sameina mangó, rauðlauk, lime safa, hvítlauk, jalapeño, kóríander og ½ tsk sjávarsalt sem eftir er í lítilli skál. Skeið salsa yfir kalkúnakjötbollur og berið fram.

Næring (á 100 g): 384 hitaeiningar 3g Fita 27g Kolvetni 34g Prótein 692mg Natríum

Brenndar kalkúnabringur með kryddjurtum

Undirbúningstími: 15 mínútur

Eldunartími: 1 og hálf klukkustund (auk 20 mínútna hvíld)

Skammtar: 6

Erfiðleikastig: Miðlungs

Innihald:

- 2 matskeiðar af extra virgin ólífuolíu
- 4 hvítlauksrif, söxuð
- börkur af 1 sítrónu og
- 1 msk söxuð fersk timjanblöð
- 1 msk hakkað ferskt rósmarín lauf
- 2 matskeiðar saxað fersk ítalsk steinseljulauf
- 1 tsk malað sinnep
- 1 tsk sjávarsalt
- ¼ tsk nýmalaður svartur pipar
- 1 (6 punda) kalkúnabringa með bein og skinn
- 1 glas af þurru hvítvíni

Leiðbeiningar:

Forhitið ofninn í 325°F. Blandið saman ólífuolíu, hvítlauk, sítrónuberki, timjani, rósmaríni, steinselju, sinnepi, sjávarsalti og svörtum pipar. Penslið jurtablönduna jafnt yfir yfirborð kalkúnabringunnar, losaðu húðina og skrúbbaðu líka undirhliðina.

Settu kalkúnabringuna, með skinnhliðinni upp, í steikarpönnu á vírgrind.

Hellið víninu á pönnuna. Steikið í 1 til 1 ½ klukkustund þar til kalkúnn nær innra hitastigi 165 gráður F. Áður en skorið er í sneiðar skaltu taka úr ofninum og setja sérstaklega, þakið filmu, í 20 mínútur til að halda hita.

Næring (á 100 g): 392 hitaeiningar 1g Fita 2g Kolvetni 84g Prótein 741mg Natríum

Kjúklingapylsa og pipar

Undirbúningstími: 10 mínútur

Eldunartími: 20 mínútur

Skammtar: 6

Erfiðleikastig: Miðlungs

Innihald:

- 2 matskeiðar af extra virgin ólífuolíu
- 6 ítalskar kjúklingapylsur
- 1 laukur
- 1 rauð paprika
- 1 græn paprika
- 3 hvítlauksgeirar, saxaðir
- ½ glas af þurru hvítvíni
- ½ tsk sjávarsalt
- ¼ tsk nýmalaður svartur pipar
- Saxið rauðar piparflögur

Leiðbeiningar:

Eldið ólífuolíuna á stórri pönnu þar til hún ljómar. Bætið pylsunum út í og eldið, snúið öðru hverju, þar til þær eru brúnar og innra hitastig 165°F, 5 til 7 mínútur. Takið pylsurnar af pönnunni með töng og setjið þær á álpappírsklædda plötu til að halda hita.

Setjið pönnuna aftur á hita og bætið lauknum, rauðum pipar og grænum pipar út í og hrærið. Eldið, hrærið af og til, þar til grænmetið byrjar að brúnast. Bætið hvítlauknum út í og eldið í 30 sekúndur, hrærið stöðugt í.

Hrærið víni, sjávarsalti, svörtum pipar og rauðum piparflögum saman við. Fjarlægðu brúnaða bita af botninum á pönnunni og brjótið saman við. Eldið í 4 mínútur í viðbót, hrærið í, þar til vökvinn hefur minnkað um helming. Setjið paprikuna á pylsurnar og berið fram.

Næring (á 100 g): 173 hitaeiningar 1g Fita 6g Kolvetni 22g Prótein 582mg Natríum

Rifinn kjúklingur

Undirbúningstími: 10 mínútur
Eldunartími: 15 mínútur
Skammtar: 6
Erfiðleikastig: Miðlungs

Innihald:

- ½ bolli heilhveiti
- ½ tsk sjávarsalt
- 1/8 tsk nýmalaður svartur pipar
- 1,5 kg kjúklingabringur skornar í 6 bita
- 3 matskeiðar af extra virgin ólífuolíu
- 1 bolli ósaltað kjúklingasoð
- ½ glas af þurru hvítvíni
- safi úr 1 sítrónu
- börkur af 1 sítrónu og
- ¼ bolli kapers, tæmd og skoluð
- ¼ bolli söxuð fersk steinseljulauf

Leiðbeiningar:

Blandið saman hveiti, sjávarsalti og svörtum pipar á grunnum disk. Dýptu kjúklingnum í hveiti og hristu afganginn af. Eldið olíuna þar til hún ljómar.

Setjið kjúklinginn og eldið þar til hann er gullinbrúnn á hvorri hlið, um það bil 4 mínútur. Takið kjúklinginn af pönnunni og setjið til hliðar þakið álpappír til að halda hita.

Setjið pönnuna aftur á hita og hrærið soðinu, víni, sítrónusafa, sítrónuberki og kapers saman við. Notaðu brúnina á skeið og blandaðu brúnuðu bitunum af botni pönnunar saman við. Eldið þar til vökvinn þykknar. Takið pönnuna af hellunni og setjið kjúklinginn aftur á pönnuna. Snúðu úlpunni. Bætið steinselju út í, hrærið og berið fram.

Næring (á 100 g): 153 hitaeiningar 2g Fita 9g Kolvetni 8g Prótein 692mg Natríum

Toskana kjúklingur í skál

Undirbúningstími: 10 mínútur
Eldunartími: 25 mínútur
Skammtar: 6
Erfiðleikastig: Erfitt

Innihald:

- ¼ bolli extra virgin ólífuolía, skipt
- 1 pund beinlaus, roðlaus kjúklingabringa, skorin í ¾ tommu bita
- 1 saxaður laukur
- 1 rauð paprika, söxuð
- 3 hvítlauksgeirar, saxaðir
- ½ glas af þurru hvítvíni
- 1 (14 oz) dós muldir tómatar, ótæmdir
- 1 (14 oz) dós hakkaðir tómatar, tæmd
- 1 (14 oz) dós hvítar nýrnabaunir, tæmd
- 1 msk þurrt ítalskt krydd
- ½ tsk sjávarsalt
- 1/8 tsk nýmalaður svartur pipar
- 1/8 tsk rauðar piparflögur
- ¼ bolli söxuð fersk basilíkublöð

Leiðbeiningar:

Eldið 2 matskeiðar af ólífuolíu þar til hún ljómar. Bætið kjúklingnum út í og eldið þar til hann breytir um lit. Takið kjúklinginn af pönnunni og setjið hann á disk sem klæddur er álpappír til að halda hita.

Setjið pönnuna aftur á eldinn og hitið olíuna sem eftir er. Bætið við lauk og rauðri papriku. Eldið, hrærið af og til, þar til grænmetið er mjúkt. Bætið hvítlauknum út í og eldið í 30 sekúndur, hrærið stöðugt í.

Bætið víninu út í og notið brúnina á skeiðinni til að skafa upp brúna bita af botninum á pönnunni. Eldið, hrærið, í 1 mínútu.

Hrærið muldum og hægelduðum tómötum, hvítum baunum, ítölsku kryddi, sjávarsalti, pipar og rauðum piparflögum saman við. Látið sjóða. Eldið í 5 mínútur, hrærið af og til.

Skilið kjúklingnum og öllum safa sem safnast hafa fyrir á pönnunni aftur. Eldið þar til kjúklingurinn er vel eldaður. Áður en borið er fram skaltu taka af hellunni og hræra basilíkunni saman við.

Næring (á 100 g): 271 hitaeiningar 8g Fita 29g Kolvetni 14g Prótein 596mg Natríum

kjúklingapappír

Undirbúningstími: 10 mínútur
Eldunartími: 2 klst
Skammtar: 4
Erfiðleikastig: Miðlungs

Innihald:

- 1 (32 oz) dós sneiddir tómatar, tæmd
- ¼ glas af þurru hvítvíni
- 2 matskeiðar tómatmauk
- 3 matskeiðar af extra virgin ólífuolíu
- ¼ tsk rauðar piparflögur
- 1 tsk kryddjurt
- ½ tsk þurrkað timjan
- 2 heil negul
- 1 kanilstöng
- ½ tsk sjávarsalt
- 1/8 tsk nýmalaður svartur pipar
- 4 beinlausir, roðlausir kjúklingabringur helmingar

Leiðbeiningar:

Blandið saman tómötum, víni, tómatmauki, ólífuolíu, rauðum piparflögum, kryddjurtum, timjani, negul, kanilstöngum, sjávarsalti og svörtum pipar í stórum potti. Látið suðuna koma upp, hrærið af og til. Látið það elda í 30 mínútur, hrærið af og til.

Fjarlægðu og fargaðu öllum negulnum og kanilstöngunum úr sósunni og bíddu þar til sósan kólnar.

Forhitið ofninn í 350°F. Settu kjúklinginn í 9 x 13 tommu bökunarform. Hellið sósunni yfir kjúklinginn og hyljið pönnuna með álpappír. Haltu áfram að elda þar til innra hitastigið nær 165°F.

Næring (á 100 g): 220 hitaeiningar 3g Fita 11g Kolvetni 8g Prótein 923mg Natríum

Kjúklingabringur með spínati og fetaosti

Undirbúningstími: 10 mínútur

Eldunartími: 45 mínútur

Skammtar: 4

Erfiðleikastig: Miðlungs

Innihald:

- 2 matskeiðar af extra virgin ólífuolíu
- 1 pund ferskt barnaspínat
- 3 hvítlauksgeirar, saxaðir
- börkur af 1 sítrónu og
- ½ tsk sjávarsalt
- 1/8 tsk nýmalaður svartur pipar
- ½ bolli mulinn fetaostur
- 4 beinlausar, roðlausar kjúklingabringur

Leiðbeiningar:

Forhitið ofninn í 350°F. Eldið ólífuolíuna við meðalhita þar til hún ljómar. Bæta við spínati. Haltu áfram að elda og hræra þar til það breytir um lit.

Hrærið hvítlauk, sítrónuberki, sjávarsalti og svörtum pipar saman við. Eldið í 30 sekúndur, hrærið stöðugt í. Látið kólna aðeins og hrærið ostinum saman við.

Dreifið spínati- og ostablöndunni í jöfnu lagi yfir kjúklingabitana og vefjið bringunni utan um fyllinguna. Festið með tannstönglum eða sláturgarni. Settu bringurnar í 9 x 13 tommu eldfast mót og steiktu í 30 til 40 mínútur eða þar til innra hitastig kjúklingsins er 165 ° F. Takið úr ofninum og látið standa í 5 mínútur áður en það er skorið í sneiðar og borið fram.

Næring (á 100 g): 263 hitaeiningar 3g Fita 7g Kolvetni 17g Prótein 639mg Natríum

Ristað kjúklingalæri með rósmaríni

Undirbúningstími: 5 mínútur

Eldunartími: 1 klst

Skammtar: 6

Erfiðleikastig: Auðvelt

Innihald:

- 2 matskeiðar saxað ferskt rósmarín lauf
- 1 tsk hvítlauksduft
- ½ tsk sjávarsalt
- 1/8 tsk nýmalaður svartur pipar
- börkur af 1 sítrónu og
- 12 kjúklingalæri

Leiðbeiningar:

Forhitið ofninn í 350°F. Blandið saman rósmarín, hvítlauksdufti, sjávarsalti, svörtum pipar og sítrónuberki.

Setjið bollurnar í 9 x 13 tommu eldfast mót og stráið rósmarínblöndunni yfir. Steikið þar til kjúklingurinn nær innra hitastigi 165°F.

Næring (á 100 g): 163 hitaeiningar 1g Fita 2g Kolvetni 26g Prótein 633mg Natríum

Kjúklingur með lauk, kartöflum, fíkjum og gulrótum

Undirbúningstími: 5 mínútur

Eldunartími: 45 mínútur

Skammtar: 4

Erfiðleikastig: Miðlungs

Innihald:

- 2 bollar franskar, helmingaðar
- 4 ferskar fíkjur, skornar í fernt
- 2 gulrætur í júlí
- 2 matskeiðar af extra virgin ólífuolíu
- 1 tsk sjávarsalt, skipt
- ¼ tsk nýmalaður svartur pipar
- 4 kjúklingaleggir
- 2 matskeiðar saxað fersk steinseljulauf

Leiðbeiningar:

Forhitið ofninn í 425°F. Kasta kartöflum, fíkjum og gulrótum í lítilli skál með ólífuolíu, ½ teskeið sjávarsalti og svörtum pipar. Dreifið í 9 x 13 tommu eldfast mót.

Kryddið kjúklinginn með sjávarsalti sem eftir er. Setjið ofan á grænmeti. Steikið þar til grænmetið er meyrt og kjúklingurinn nær 165°F innri hita. Stráið steinselju yfir og berið fram.

Næring (á 100 g): 429 hitaeiningar 4g Fita 27g Kolvetni 52g Prótein 581mg Natríum

Kjúklingadóner með Tzatziki

Undirbúningstími: 15 mínútur

Eldunartími: 1 klukkustund og 20 mínútur

Skammtar: 6

Erfiðleikastig: Miðlungs

Innihald:

- 1 pund möluð kjúklingabringa
- 1 laukur, rifinn, með umframvatni kreista
- 2 matskeiðar þurrkað rósmarín
- 1 matskeið þurrkuð marjoram
- 6 hvítlauksgeirar, saxaðir
- ½ tsk sjávarsalt
- ¼ tsk nýmalaður svartur pipar
- Tzatziki sósa

Leiðbeiningar:

Forhitið ofninn í 350°F. Notaðu matvinnsluvél og blandaðu saman kjúklingi, lauk, rósmaríni, marjoram, hvítlauk, sjávarsalti og svörtum pipar. Þeytið þar til blandan nær deigi. Að öðrum kosti skaltu blanda þessum hráefnum saman í skál þar til þau eru vel sameinuð (sjá undirbúningsráð).

Þrýstið blöndunni í brauðform. Eldið þar til innra hitastigið nær 165 gráðum. Takið úr ofninum og látið hvíla í 20 mínútur áður en það er skorið í sneiðar.

Skerið gíróið niður og skeiðið tzatziki sósunni yfir.

Næring (á 100 g): 289 hitaeiningar 1g Fita 20g Kolvetni 50g Prótein 622mg Natríum

Mousaka

Undirbúningstími: 10 mínútur

Eldunartími: 45 mínútur

Skammtar: 8

Erfiðleikastig: Erfitt

Innihald:

- 5 matskeiðar extra virgin ólífuolía, skipt
- 1 eggaldin, sneið (afhýdd)
- 1 saxaður laukur
- 1 græn paprika, fræhreinsuð og saxuð
- 1 pund malaður kalkúnn
- 3 hvítlauksgeirar, saxaðir
- 2 matskeiðar tómatmauk
- 1 (14 oz) dós hakkaðir tómatar, tæmd
- 1 msk ítalskt krydd
- 2 tsk Worcestershire sósa
- 1 tsk þurrkað timjan
- ½ tsk kanillduft
- 1 bolli ósykrað lágfitu grísk jógúrt
- 1 egg, þeytt
- ¼ tsk nýmalaður svartur pipar
- ¼ tsk möluð kókos
- ¼ bolli rifinn parmesanostur
- 2 matskeiðar saxað fersk steinseljulauf

Leiðbeiningar:

Forhitið ofninn í 400°F. Eldið 3 matskeiðar af ólífuolíu þar til hún ljómar. Bætið eggaldinsneiðum út í og steikið í 3 til 4 mínútur á hvorri hlið. Flyttu yfir í pappírshandklæði til að tæma.

Setjið pönnuna aftur á hita og hellið hinum 2 matskeiðum af ólífuolíu út í. Bætið við lauk og grænum pipar. Haltu áfram að elda þar til grænmetið er mjúkt. Takið af pönnunni og setjið til hliðar.

Setjið pönnuna á hita og hrærið kalkúnnum saman við. Bakið, molið með skeið, þar til það er gullbrúnt, um 5 mínútur. Bætið hvítlauknum út í og eldið í 30 sekúndur, hrærið stöðugt í.

Bætið tómatmauki, tómötum, ítölsku kryddi, Worcestershire sósu, timjan og kanil út í og hrærið. Setjið laukinn og paprikuna aftur á pönnuna. Eldið hrært í 5 mínútur. Blandið saman jógúrt, eggi, pipar, kókos og osti.

Setjið helminginn af kjötblöndunni í 9 x 13 tommu eldfast mót. Gerðu lag með helmingi eggaldinsins. Bætið restinni af kjötblöndunni og eggaldininu sem eftir er. Dreifið jógúrtblöndunni ofan á. Bakið þar til gullið er brúnt. Skreytið með steinselju og berið fram.

Næring (á 100 g): 338 hitaeiningar 5g Fita 16g Kolvetni 28g Prótein 569mg Natríum

Svínahryggur Dijon og kryddjurtir

Undirbúningstími: 10 mínútur

Eldunartími: 30 mínútur

Skammtar: 6

Erfiðleikastig: Miðlungs

Innihald:

- ½ bolli fersk ítölsk steinseljublöð, saxuð
- 3 matskeiðar ferskt rósmarín lauf, saxað
- 3 matskeiðar fersk timjanlauf, saxað
- 3 matskeiðar Dijon sinnep
- 1 matskeið extra virgin ólífuolía
- 4 hvítlauksrif, söxuð
- ½ tsk sjávarsalt
- ¼ tsk nýmalaður svartur pipar
- 1 (1 ½ pund) svínahryggur

Leiðbeiningar:

Forhitið ofninn í 400°F. Blandið saman steinselju, rósmaríni, timjani, sinnepi, ólífuolíu, hvítlauk, sjávarsalti og svörtum pipar. Vinnið þar til slétt, um 30 sekúndur. Dreifið blöndunni jafnt yfir svínakjötið og setjið á bökunarplötu.

Steikið þar til kjötið nær 140°F innra hitastigi. Takið úr ofninum og látið standa í 10 mínútur áður en það er skorið í sneiðar og borið fram.

Næring (á 100 g):393 hitaeiningar 3g Fita 5g Kolvetni 74g Prótein 697mg Natríum

Steik með rauðvíni – sveppasósa

Uppsetningartími: mínútur plús 8 klukkustundir til að marinerast

Eldunartími: 20 mínútur

Skammtar: 4

Erfiðleikastig: Erfitt

Innihald:

- <u>Fyrir marinering og steik</u>
- 1 glas af þurru rauðvíni
- 3 hvítlauksgeirar, saxaðir
- 2 matskeiðar af extra virgin ólífuolíu
- 1 matskeið lág natríum sojasósa
- 1 matskeið þurrkað timjan
- 1 tsk Dijon sinnep
- 2 matskeiðar af extra virgin ólífuolíu
- 1 til 1½ punda pilssteik, sléttjárnsteik eða steik með þremur oddum
- <u>Fyrir sveppasósuna</u>
- 2 matskeiðar af extra virgin ólífuolíu
- 1 pund cremini sveppir, skornir í fjórða
- ½ tsk sjávarsalt
- 1 tsk þurrkað timjan
- 1/8 tsk nýmalaður svartur pipar

- 2 hvítlauksrif, söxuð
- 1 glas af þurru rauðvíni

Leiðbeiningar:

Til að marinera og búa til steikur

Blandið saman víni, hvítlauk, ólífuolíu, sojasósu, oregano og sinnepi í lítilli skál. Hellið í loftþéttan poka og bætið steikinni út í. Kælið steikina til að marinerast í 4 til 8 klukkustundir. Takið steikurnar úr marineringunni og þurrkið þær með pappírshandklæði.

Steikið olíuna á stórri pönnu þar til hún ljómar.

Setjið steikurnar og eldið þar til þær eru vel brúnaðar á báðum hliðum og steikin nær 140°F innri hita, um það bil 4 mínútur.

Takið steikurnar af pönnunni og setjið þær á álpappírsklædda plötu til að halda hita. hituð á meðan sveppasósan er útbúin.

Þegar sveppasósan er tilbúin skaltu skera steikina í ½ tommu þykkar sneiðar.

Til að búa til sveppasósu

Eldið olíuna á sömu pönnu við meðalháan hita. Bætið sveppunum, sjávarsalti, timjani og svörtum pipar út í. Eldið, hrærið af og til, þar til sveppir eru gullinbrúnir, um 6 mínútur.

Steikið hvítlaukinn. Hrærið víninu saman við og notið brúnina á tréskeiði til að skafa upp brúna bita af botninum á pönnunni. Eldið þar til vökvinn minnkar um helming. Berið sveppina fram á skeið yfir steikina.

Næring (á 100 g): 405 hitaeiningar 5g Fita 7g Kolvetni 33g Prótein 842mg Natríum

gríska kjötbollur

Undirbúningstími: 20 mínútur
Eldunartími: 25 mínútur
Skammtar: 4
Erfiðleikastig: Miðlungs

Innihald:

- 2 sneiðar af heilhveitibrauði
- 1¼ pund malaður kalkúnn
- 1 egg
- ¼ bolli kryddað gróft brauðrasp
- 3 hvítlauksgeirar, saxaðir
- ¼ rauðlaukur, rifinn
- ¼ bolli söxuð fersk ítalsk steinseljulauf
- 2 matskeiðar söxuð fersk myntulauf
- 2 matskeiðar söxuð fersk timjanblöð
- ½ tsk sjávarsalt
- ¼ tsk nýmalaður svartur pipar

Leiðbeiningar:

Forhitið ofninn í 350°F. Setjið smjörpappír eða álpappír á bökunarplötu. Leggið brauðið í bleyti í vatni til að væta það og kreistið afganginn út. Skerið blautt brauðið í litla bita og setjið í meðalstóra skál.

Bætið við kalkúni, eggi, brauðmylsnu, hvítlauk, rauðlauk, steinselju, myntu, timjani, sjávarsalti og svörtum pipar. Blandið vel saman. Myndaðu blönduna í ¼ bolla stórar kúlur. Setjið kjötbollurnar á tilbúna bökunarplötu og bakið í um það bil 25 mínútur eða þar til innra hitastigið nær 165°F.

Næring (á 100 g):350 hitaeiningar 6g Fita 10g Kolvetni 42g Prótein 842mg Natríum

lambakjöt með baunum

Undirbúningstími: 10 mínútur

Eldunartími: 1 klst

Skammtar: 6

Erfiðleikastig: Erfitt

Innihald:

- ¼ bolli extra virgin ólífuolía, skipt
- 6 aukalega magrar lambakótilettur
- 1 tsk sjávarsalt, skipt
- ½ tsk nýmalaður svartur pipar
- 2 matskeiðar tómatmauk
- 1½ bolli heitt vatn
- 1 pund grænar baunir, snyrtar og helmingaðar á ská
- 1 saxaður laukur
- 2 tómatar, saxaðir

Leiðbeiningar:

Eldið 2 matskeiðar af ólífuolíu á stórri pönnu þar til hún ljómar. Kryddið lambakóteleturnar með ½ tsk sjávarsalti og 1/8 tsk svörtum pipar. Eldið lambið í heitri olíu þar til það er brúnt á báðum hliðum, um það bil 4 mínútur. Setjið kjötið á disk og setjið til hliðar.

Setjið pönnuna aftur á hita og bætið hinum 2 matskeiðum af olíu út í. Hitið þar til það skín.

Leysið tómatmauk upp í heitu vatni í skál. Bætið grænum baunum, lauk, tómötum og ½ tsk sjávarsalti og ¼ tsk pipar í heita pönnu. Látið suðuna koma upp, notaðu brúnina á skeið til að skafa upp brúna bita af botninum á pönnunni.

Setjið lambaketilið aftur á pönnuna. Látið suðuna koma upp og stillið hitann í miðlungs lágan. Eldið í 45 mínútur þar til baunirnar eru mjúkar, bætið við vatni eftir þörfum til að stilla þykkt sósunnar.

Næring (á 100 g): 439 hitaeiningar 4g Fita 10g Kolvetni 50g Prótein 745mg Natríum

Kjúklingur með tómat-balsamik sósu

Undirbúningstími: 10 mínútur
Eldunartími: 20 mínútur
Skammtar: 4
Erfiðleikastig: Miðlungs

Innihald

- 2 (8 aura eða 226,7 g hver) beinlausar, roðlausar kjúklingabringur
- ½ teskeið. salt
- ½ teskeið. malaður pipar
- 3 matskeiðar. extra virgin ólífuolía
- ½ c. kirsuberjatómatar skornir í tvennt
- 2 matskeiðar. sneið skallot
- ¼ c. balsamik edik
- 1 matskeið. saxaður hvítlaukur
- 1 matskeið. ristuð fennelfræ, mulin
- 1 matskeið. smjör

Leiðbeiningar:

Skiptið kjúklingabringunum í 4 bita og berið þær með hamri þar til þær eru hálfs sentimetra þykkar. Notaðu ¼ teskeið af hverri papriku og salt til að húða kjúklinginn. Hitið tvær matskeiðar af olíu á pönnu við meðalhita. Steikið kjúklingabringurnar í þrjár mínútur á hvorri hlið. Settu það á disk og hyldu það með álpappír til að halda því heitu.

Bætið matskeið af olíu, lauk og tómötum á pönnu og eldið þar til mjúkt. Bætið edikinu út í og sjóðið blönduna þar til edikið er minnkað um helming. Bætið fennelfræjum, hvítlauk, salti og pipar út í og eldið í um fjórar mínútur. Takið af hitanum og blandið saman við smjör. Hellið þessari sósu yfir kjúklinginn og berið fram.

Næring (á 100 g): 294 hitaeiningar 17g Fita 10g Kolvetni 2g Prótein 639mg Natríum

Brún hrísgrjón, fetaostur, ferskar baunir og myntu salat

Undirbúningstími: 10 mínútur
Eldunartími: 25 mínútur
Skammtar: 4
Erfiðleikastig: Auðvelt

Innihald:

- 2c. brún hrísgrjón
- 3C. Þetta
- salt
- 5 únsur. eða 141,7 g mulinn fetaostur
- 2c. soðnar baunir
- ½ c. söxuð mynta, fersk
- 2 matskeiðar. olía
- salt og pipar

Leiðbeiningar:

Setjið hýðishrísgrjónin, vatnið og saltið í pott við meðalhita, lokið á og látið suðuna koma upp. Lækkið hitann og látið malla þar til vatnið hefur bráðnað og hrísgrjónin eru mjúk en seig. bíða eftir að það kólni alveg

Bætið hvítosti, ertum, myntu, ólífuolíu, salti og pipar í salatskál með kældu hrísgrjónunum og blandið saman. Berið fram og njótið!

Næring (á 100 g): 613 hitaeiningar 18,2g Fita 45g Kolvetni 12g Prótein 755mg Natríum

Heilhveiti pítubrauð fyllt með ólífum og kjúklingabaunum

Undirbúningstími: 10 mínútur

Eldunartími: 20 mínútur

Skammtar: 2

Erfiðleikastig: Miðlungs

Innihald:

- 2 fullir pítuvasar
- 2 matskeiðar. olía
- 2 hvítlauksrif, söxuð
- 1 saxaður laukur
- ½ teskeið. kúmen
- 10 saxaðar svartar ólífur
- 2c. soðnar kjúklingabaunir
- salt og pipar

Leiðbeiningar:

Opnaðu pítuvasa og leggðu til hliðar. Stilltu hitann í miðlungs og settu pott í staðinn. Bætið við olíu og hitið. Blandið hvítlauknum, lauknum og kúmeninu saman í heitri pönnu og hrærið þar til laukurinn er orðinn mjúkur og kúmenilminn losnar. Bætið ólífum, kjúklingabaunum, salti og svörtum pipar út í og hrærið þar til kjúklingabaunirnar verða gullinbrúnar.

Takið pönnuna af hellunni og myljið kjúklingabaunirnar með tréskeiði, látið þær vera ósnortnar og aðrar muldar. Hitaðu pítuvasana þína í örbylgjuofni, í ofni eða á eldavélinni á hreinni pönnu.

Fylltu þær með kjúklingabaunum og njóttu!

Næring (á 100 g):503 hitaeiningar 19g Fita 14g Kolvetni 15,7g Prótein 798mg Natríum

Ristar gulrætur með heslihnetum og Cannellini baunum

Undirbúningstími: 10 mínútur

Eldunartími: 45 mínútur

Skammtar: 4

Erfiðleikastig: Miðlungs

Innihald:

- 4 skrældar gulrætur, saxaðar
- 1 c. Heslihneta
- 1 matskeið. Kæri
- 2 matskeiðar. olía
- 2c. niðursoðnar cannellini baunir, tæmdar
- 1 grein af fersku timjan
- salt og pipar

Leiðbeiningar:

Forhitaðu ofninn í 400 F / 204 C og klæððu bökunarplötu eða bökunarplötu með bökunarpappír. Setjið gulrætur og valhnetur á bökunarplötu eða bökunarpappírsklædda bökunarplötu. Stráið ólífuolíu og hunangi yfir gulræturnar og valhneturnar og nuddið öllu saman þannig að hver og ein verði jöfn. stykkið er húðað

Dreifið baununum á borðið og setjið þær í gulræturnar og hneturnar

Bætið timjaninu út í og kryddið allt með salti og pipar. Setjið bakkann í ofninn og bakið í um 40 mínútur.

Berið fram og njótið

Næring (á 100 g):385 hitaeiningar 27g Fita 6g Kolvetni 18g Prótein 859mg Natríum

Kryddaður smjörkjúklingur

Undirbúningstími: 10 mínútur
Eldunartími: 25 mínútur
Skammtar: 4
Erfiðleikastig: Miðlungs

Innihald:

- ½ c. þungur rjómi
- 1 matskeið. salt
- ½ c. beinasoði
- 1 matskeið. Pipar
- 4 matskeiðar. Smjör
- 4 kjúklingabringur helmingar

Leiðbeiningar:

Setjið bökunarplötuna inn í ofninn yfir miðlungshita og bætið við matskeið af smjöri. Þegar smjörið er heitt og bráðið er kjúklingnum bætt út í og steikt í fimm mínútur á hvorri hlið. Eftir þennan tíma ætti kjúklingurinn að vera eldaður og gullinn; Ef svo er skaltu halda áfram og setja það á disk.

Svo bætirðu beinasoðinu í pottinn. Bæta við þungum rjóma, salti og pipar. Látið svo pönnuna í friði þar til sósan fer að sjóða. Haltu þessu ferli áfram í fimm mínútur til að þykkja sósuna.

Að lokum bætirðu restinni af smjörinu og kjúklingnum aftur á pönnuna. Vertu viss um að nota skeið til að hella sósunni yfir kjúklinginn og drekkja honum alveg. Erfitt

Næring (á 100 g): 350 hitaeiningar 25g Fita 10g Kolvetni 25g Prótein 869mg Natríum

Tvöfaldur kjúklingur með beikoni og osti

Undirbúningstími: 10 mínútur

Eldunartími: 30 mínútur

Skammtar: 4

Erfiðleikastig: Auðvelt

Innihald:

- 4 únsur. eða 113g. Rjómaostur
- 1 c. Cheddar ostur
- 8 ræmur beikon
- sjávarsalt
- Pipar
- 2 hvítlauksgeirar, smátt saxaðir
- Kjúklingabringa
- 1 matskeið. Beikonfita eða smjör

Leiðbeiningar:

Stilltu ofninn á 400 F / 204 C. Skerið kjúklingabringurnar í tvennt til að þynna þær út.

Kryddið með salti, pipar og hvítlauk. Smyrjið bökunarplötuna með smjöri og setjið kjúklingabringurnar í. Bætið rjómaosti og cheddarosti yfir bringurnar.

Bætið líka beikonsneiðum við. Setjið bökunarplötuna inn í ofn í 30 mínútur. Berið fram heitt.

Næring (á 100 g): 610 hitaeiningar 32g Fita 3g Kolvetni 38g Prótein 759mg Natríum

Rækjur með sítrónu og pipar

Undirbúningstími: 10 mínútur

Eldunartími: 10 mínútur

Skammtar: 4

Erfiðleikastig: Auðvelt

Innihald:

- 40 hreinsaðar rækjur, afhýddar
- 6 söxuð hvítlauksrif
- salt og pipar
- 3 matskeiðar. olía
- ¼ tsk. rauður pipar
- Örlítið af muldum rauðum piparflögum
- ¼ tsk. sítrónubörkur
- 3 matskeiðar. sherry eða annað vín
- 1½ msk. niðurskorinn graslaukur
- safi úr 1 sítrónu

Leiðbeiningar:

Stilltu hitann á meðalháan og settu pott í staðinn.

Bætið ólífuolíu og rækjum út í, stráið pipar og salti yfir og eldið í 1 mínútu. Bætið við papriku, hvítlauk og chilipipar, blandið saman og steikið í 1 mínútu. Hrærið sherry varlega út í og eldið í eina mínútu í viðbót.

Takið rækjuna af hellunni, bætið graslauknum og sítrónuberki út í, hrærið og færið rækjuna yfir á diska. Bætið sítrónusafa út í og berið fram

Næring (á 100 g):140 hitaeiningar 1g Fita 5g Kolvetni 18g Prótein 694mg Natríum

Brauð og krydduð lúða

Undirbúningstími: 5 mínútur

Eldunartími: 25 mínútur

Skammtar: 4

Erfiðleikastig: Auðvelt

Innihald:

- ¼ c. saxaður ferskur graslaukur
- ¼ c. saxað ferskt dill
- ¼ tsk. malaður svartur pipar
- ¾ c. Panko brauðrasp
- 1 matskeið. extra virgin ólífuolía
- 1 teskeið. fínt rifinn sítrónubörkur
- 1 teskeið. sjávarsalt
- 1/3 c. söxuð fersk steinselja
- 4 lúðuflök (6 aura eða 170 g hvert)

Leiðbeiningar:

Blandið saman ólífuolíunni og öðrum hráefnum í meðalstórri skál nema einni flakinu og brauðmylsnu.

Setjið lúðuflök í blönduna og látið marinerast í 30 mínútur. Forhitaðu ofninn í 400 F / 204 C. Setjið álpappír á ofnplötu, hjúpið með matreiðsluúða. Dýfið flökunum í brauðmylsnu og setjið á bökunarplötu. Bakið í ofni í 20 mínútur. Berið fram heitt.

Næring (á 100 g): 667 hitaeiningar 24,5g Fita 2g Kolvetni 54,8g Prótein 756mg Natríum

Laxakarrí með sinnepi

Undirbúningstími: 10 mínútur

Eldunartími: 20 mínútur

Skammtar: 4

Erfiðleikastig: Auðvelt

Innihald:

- ¼ tsk. malaður rauður pipar eða chiliduft
- ¼ tsk. saffran, mold
- ¼ tsk. salt
- 1 teskeið. Kæri
- ¼ tsk. hvítlauksduft
- 2 teskeiðar. heilkorns sinnep
- 4 laxaflök (6 aura eða 170 g hvert)

Leiðbeiningar:

Blandið sinnepi og öllu öðru hráefni nema laxi saman í skál. Hitið ofninn í 350 F/176 C. Smyrjið bökunarplötu með eldunarúða. Leggið laxinn með roðhliðinni niður á bökunarplötuna og dreifið sinnepsblöndunni jafnt yfir flökin. Setjið í ofninn og bakið í 10-15 mínútur eða þar til það er flagnað.

Næring (á 100 g): 324 hitaeiningar 18,9g Fita 1,3g Kolvetni 34g Prótein 593mg Natríum

Lax í valhnetu- og rósmarínskorpu

Undirbúningstími: 10 mínútur

Eldunartími: 25 mínútur

Skammtar: 4

Erfiðleikastig: Miðlungs

Innihald:

- 1 pund eða 450g. frosið roðlaust laxflök
- 2 teskeiðar. Dijon sinnep
- 1 hvítlauksgeiri, saxaður
- ¼ tsk. sítrónubörkur
- ½ teskeið. Kæri
- ½ teskeið. kosher salt
- 1 teskeið. saxað ferskt rósmarín
- 3 matskeiðar. Panko brauðrasp
- ¼ tsk. mulin rauð paprika
- 3 matskeiðar. saxaðar heslihnetur
- 2 teskeiðar. extra virgin ólífuolía

Leiðbeiningar:

Stilltu ofninn á 420 F / 215 C og notaðu bökunarpappír til að klæða bökunarplötu. Blandið sinnepi, sítrónuberki, hvítlauk, sítrónusafa, hunangi, rósmarín, muldum rauðum pipar og salti saman í skál. Blandið valhnetum, panko og 1 tsk olíu saman í aðra skál. Setjið bökunarpappír á bökunarplötu og leggið laxinn á hana.

Dreifið sinnepsblöndunni yfir fiskinn og toppið með panko blöndunni. Sprautaðu létt af ólífuolíu yfir laxinn. Bakið í um það bil 10 til 12 mínútur eða þar til laxinn klofnar í sundur með gaffli. Berið fram heitt

Næring (á 100 g): 222 hitaeiningar 12 g fita 4 g kolvetni 0,8 g prótein 812 mg natríum

fljótlegt tómatspaghettí

Undirbúningstími: 10 mínútur

Eldunartími: 25 mínútur

Skammtar: 4

Erfiðleikastig: Miðlungs

Innihald:

- 8 únsur. eða 226,7 g spaghetti
- 3 matskeiðar. olía
- 4 hvítlauksgeirar, sneiddir
- 1 jalapenó, skorinn í sneiðar
- 2c. kirsuberjatómatar
- salt og pipar
- 1 teskeið. balsamik edik
- ½ c. rifinn parmesan

Leiðbeiningar:

Hitið vatn að suðu í stórum potti við meðalhita. Bætið við smá salti og látið suðuna koma upp og bætið svo spagettíinu út í. Látið malla í 8 mínútur. Á meðan pastað er að eldast, hitið olíuna á pönnu og bætið hvítlauknum og jalapenóinu út í. Eldið í 1 mínútu í viðbót og bætið tómötum, pipar og salti út í.

Eldið í 5-7 mínútur þar til hýðið af tómötunum springur.

Bætið ediki út í og takið af hitanum. Tæmið spagettíið vel og blandið saman við tómatsósuna. Stráið osti yfir og berið fram strax.

Næring (á 100 g): 298 hitaeiningar 13,5g Fita 10,5g Kolvetni 8g Prótein 749mg Natríum

Bakaður ostur með timjan og pipar

Undirbúningstími: 10 mínútur

Eldunartími: 25 mínútur

Skammtar: 4

Erfiðleikastig: Auðvelt

Innihald:

- 8 únsur. eða 226,7g fetaostur
- 4 únsur. eða 113 g mozzarella (mulið)
- 1 sneið chilipipar
- 1 teskeið. þurrkað timjan
- 2 matskeiðar. olía

Leiðbeiningar:

Setjið fetaostinn í litla, djúpa bökunarplötu. Setjið mozzarella ost yfir og kryddið með piparsneiðum og timjan. Lokaðu lokinu á pottinum þínum. Bakið í forhituðum 350 F/176 C ofni í 20 mínútur. Berið ostinn fram og njótið.

Næring (á 100 g): 292 hitaeiningar 24,2g Fita 5,7g Kolvetni 2g Prótein 733mg Natríum

311. Stökkur ítalskur kjúklingur

Undirbúningstími: 10 mínútur

Eldunartími: 30 mínútur

Skammtar: 4

Erfiðleikastig: Auðvelt

Innihald:

- 4 kjúklingaleggir
- 1 teskeið. þurrkuð basil
- 1 teskeið. þurrkað timjan
- salt og pipar
- 3 matskeiðar. olía
- 1 matskeið. balsamik edik

Leiðbeiningar:

Kryddið kjúklinginn vel með basil og timjan. Notaðu steikarpönnu, bætið olíu út í og hitið. Bætið kjúklingnum við heitu olíuna. Eldið í 5 mínútur á hvorri hlið þar til þær eru gullinbrúnar, hyljið síðan pönnuna með loki.

Snúðu hitanum í miðlungs hita og eldaðu í 10 mínútur á annarri hliðinni, snúðu síðan kjúklingnum ítrekað og eldaðu í aðrar 10 mínútur þar til hann er stökkur. Berið kjúklinginn fram og njótið.

Næring (á 100 g): 262 hitaeiningar 13,9g Fita 11g Kolvetni 32,6g Prótein 693mg Natríum

www.ingramcontent.com/pod-product-compliance
Lightning Source LLC
Chambersburg PA
CBHW071858110526
44591CB00011B/1462